TRANZLATY

La Langue est pour tout le Monde

Ngôn ngữ dành cho tất cả mọi người

La Métamorphose

Hóa thân

Franz Kafka

Français
Tiếng Việt

ISBN: 978-1-83566-904-4
Die Verwandlung
Franz Kafka, 1915

www.tranzlaty.com

Première partie
Phần một

Gregor Samsa se réveilla un matin après des rêves agités.
Gregor Samsa tỉnh giấc một buổi sáng sau một giấc mơ đầy lo lắng.
Il se retrouva dans son lit, incapable de bouger.
Anh ta thấy mình đang nằm trên giường, nhưng không thể cử động.
Il avait été transformé en un monstre vermineux.
Anh ta đã bị biến thành một con sâu bọ quái dị.
Il était allongé sur le dos, une carapace dure comme une armure.
Anh ta nằm ngửa, lưng cứng như áo giáp.
En relevant légèrement la tête, il pouvait voir son ventre.
Bằng cách hơi ngẩng đầu lên, anh ta có thể nhìn thấy bụng mình.
Mais son ventre était bombé et divisé en segments.
Nhưng bụng của nó phình to và chia thành nhiều ngăn.
La couverture reposait sur son ventre arrondi.
Chiếc chăn đang phủ lên chiếc bụng tròn trịa của anh ta.
Mais la couverture était sur le point de glisser complètement.
Nhưng chiếc chăn suýt nữa thì tuột xuống hoàn toàn.
Ses jambes étaient pitoyables comparées à leur taille habituelle.
Đôi chân của anh ta trông thật đáng thương so với kích thước bình thường.
Et ses nombreuses pattes s'agitaient impuissantes devant ses yeux.
Và những chiếc chân dài ngoằng của hắn cứ giật giật bất lực trước mắt.
« Que m'est-il arrivé ? » se demanda-t-il.
"Chuyện gì đã xảy ra với mình vậy?" anh tự nghĩ.
Mais ce n'était pas un rêve dont il ne pouvait se réveiller.
Nhưng đó không phải là một giấc mơ mà anh ta không thể tỉnh dậy.

Il se trouvait bel et bien dans sa propre chambre.

Quả thực, đó chính là phòng của anh ấy mà anh ấy đang ở.

Une vraie chambre pour des humains, mais un peu trop petite.

Một căn phòng thực sự dành cho con người, nhưng hơi nhỏ một chút.

Il gisait tranquillement entre les quatre murs bien connus.

Anh nằm im lặng giữa bốn bức tường quen thuộc.

Sur la table se trouvait une collection d'échantillons de textiles.

Trên bàn là một bộ sưu tập các mẫu vải.

Samsa était un vendeur ambulant, d'où les échantillons.

Samsa là một người bán hàng rong, do đó mới có những mẫu hàng như vậy.

Au-dessus des échantillons de textile désassemblés se trouvait une image.

Phía trên các mẫu vải đã được tháo rời là một bức tranh.

Il avait récemment découpé la photo dans un magazine.

Gần đây anh ấy đã cắt bức ảnh đó ra từ một tạp chí.

Il avait placé le tableau dans un joli cadre doré.

Ông ấy đã đặt bức tranh vào một khung mạ vàng rất đẹp.

Le tableau encadré représentait une dame assise bien droite.

Bức tranh đóng khung mô tả một người phụ nữ đang ngồi thẳng lưng.

Elle portait un chapeau de fourrure et un manchon de fourrure.

Cô ấy đội một chiếc mũ lông thú và đeo một chiếc khăn choàng cổ bằng lông thú.

Elle levait la main en direction du spectateur.

Cô ấy giơ tay về phía người xem bức ảnh.

Son avant-bras entier disparaissait dans son épais manchon de fourrure.

Cả cẳng tay của cô ấy biến mất trong chiếc bao tay lông dày cộp.

Gregor regarda par la fenêtre le temps maussade.

Gregor nhìn qua cửa sổ ra khung cảnh ảm đạm.

On pouvait entendre les grosses gouttes de pluie frapper la fenêtre.

Người ta có thể nghe thấy tiếng những hạt mưa nặng hạt rơi xuống cửa sổ.

Le temps gris le rendait très mélancolique.

Thời tiết xám xịt khiến anh ấy cảm thấy rất buồn bã.

« Et si je dormais un peu plus longtemps ? » pensa-t-il.

"Hay là mình ngủ thêm một chút nữa nhỉ?" anh nghĩ.

« Dormir davantage m'aiderait peut-être à oublier ces bêtises. »

"Ngủ nhiều hơn có lẽ sẽ giúp tôi quên đi những chuyện vớ vẩn này."

Mais dormir plus longtemps était totalement impossible.

Nhưng ngủ thêm nữa là điều hoàn toàn không thể.

Parce qu'il avait l'habitude de dormir sur le côté droit.

Vì anh ấy đã quen ngủ nghiêng về bên phải.

Mais son état actuel l'empêchait d'effectuer ses mouvements habituels.

Nhưng tình trạng sức khỏe hiện tại đã ngăn cản những hoạt động thường ngày của ông.

Il n'avait aucun moyen de se retrouver dans cette situation.

Anh ta không có cách nào tự đưa mình vào tình cảnh này.

Il fit de son mieux pour se jeter sur son côté droit.

Anh ta cố gắng hết sức để nghiêng người về phía bên phải.

Il a probablement tenté ce mouvement une centaine de fois.

Có lẽ ông ta đã thử động tác này cả trăm lần.

Mais il revenait toujours en position couchée sur le dos.

Nhưng anh ấy luôn ngả người trở lại tư thế nằm ngửa.

Il ferma les yeux pour ne pas voir ses jambes qui s'agitaient.

Anh nhắm mắt lại để không nhìn thấy đôi chân đang ngọ nguậy của mình.

Finalement, la douleur l'a empêché de réessayer.

Cuối cùng, cơn đau đã ngăn cản anh ấy thử lại.

Une douleur sourde au flanc qu'il n'avait jamais ressentie auparavant.

Một cơn đau âm ỉ ở bên sườn mà anh chưa từng cảm nhận trước đây.

« Oh mon Dieu », pensa désespérément Gregor Samsa.

"Ôi Chúa ơi," Gregor Samsa tuyệt vọng nghĩ thầm.

« Quel métier pénible j'ai choisi ! »

"Tôi đã chọn cho mình một nghề nghiệp quả là vất vả!"

« Je dois voyager tous les jours pour le travail. »

"Ngày nào tôi cũng phải đi lại nhiều nơi vì công việc."

« Le travail de bureau est beaucoup plus facile que le travail sur la route. »

"Công việc văn phòng dễ hơn nhiều so với công việc di chuyển trên đường."

« Et j'ai la malédiction de devoir voyager constamment. »

"Và tôi lại mang trong mình lời nguyền phải đi lại khắp nơi."

« Toutes ces inquiétudes liées au fait d'être à l'heure pour les trains. »

"Nỗi lo lắng về việc đến đúng giờ tàu chạy."

« Mes horaires de repas sont irréguliers et la nourriture est mauvaise. »

"Giờ ăn của tôi không đều đặn, và thức ăn thì dở tệ."

« Mes amis changent constamment de ville. »

"Bạn bè tôi cứ thay đổi liên tục từ thị trấn này sang thị trấn khác."

« Mes interactions sont froides et professionnelles. »

"Những tương tác của tôi đều lạnh lùng và mang tính chuyên nghiệp."

«Que le diable s'amuse avec ce genre de travail !»

"Cứ để quỷ dữ tự mua vui bằng loại công việc này!"

Il ressentit une légère démangeaison en haut de l'estomac.

Anh cảm thấy hơi ngứa ở phía trên bụng.

Il s'appuya contre le montant du lit, le dos contre le sol.

Anh ta tựa lưng vào thành giường.

Il voulait pouvoir mieux lever la tête.

Anh ấy muốn có thể ngẩng đầu lên cao hơn.

Il a trouvé l'endroit qui le démangeait.

Anh ấy đã tìm thấy chỗ ngứa đang làm phiền mình.

Sa tête semblait recouverte de petits points blancs.

Đầu anh ta dường như được bao phủ bởi những chấm trắng nhỏ.

Il ne pouvait pas dire ce que représentaient ces petits points blancs.

Ông không thể biết những chấm trắng nhỏ này là gì.

Il avait prévu de toucher l'endroit avec une de ses jambes.

Anh ta đã định dùng một chân chạm vào chỗ đó.

Mais lorsqu'il toucha l'endroit, il ressentit un étrange frisson.

Nhưng khi chạm vào chỗ đó, anh ta cảm thấy một luồng khí lạnh lạ.

Il a donc immédiatement retiré sa jambe.

Vì vậy, anh ta lập tức rụt chân lại khỏi chỗ đó.

Il n'avait d'autre choix que d'accepter cette sensation de démangeaison.

Anh ta không còn lựa chọn nào khác ngoài việc chấp nhận cảm giác ngứa ngáy.

Et il reprit sa position initiale dans le lit.

Và anh ta trở lại tư thế cũ trên giường.

«Se réveiller si tôt rend vraiment stupide.»

"Thức dậy quá sớm thực sự khiến người ta trở nên khá ngốc nghếch."

« Un homme doit dormir suffisamment », pensa-t-il.

"Đàn ông cần ngủ đủ giấc," anh tự nhủ.

« Les autres représentants de commerce mènent une vie de luxe. »

"Những người bán hàng rong khác sống một cuộc sống xa hoa."

« Le matin, je transfère les ordres que j'ai reçus. »

"Buổi sáng tôi sẽ chuyển tiếp các đơn hàng đã nhận được."

« Pendant ce temps, ces messieurs prennent encore leur petit-déjeuner. »

"Trong khi đó, những quý ông kia vẫn đang dùng bữa sáng."

« Imaginez un peu si j'essayais de faire ça avec mon patron. »

"Hãy tưởng tượng nếu tôi thử làm điều đó với sếp của mình."

«Il me licenciait avant même que j'aie fini mon petit-déjeuner.»

"Ông ta sẽ sa thải tôi trước khi tôi kịp ăn xong bữa sáng."

« Mais ce ne serait peut-être pas le pire non plus. »

"Nhưng có lẽ đó cũng không phải là điều tồi tệ nhất."
«Le problème, c'est que mes parents me freinent.»
"Vấn đề là bố mẹ tôi đang kìm hãm tôi."
« Sans eux, j'aurais déjà démissionné. »
"Nếu không phải vì họ thì tôi đã từ chức rồi."
« J'aurais tenu tête au patron et je lui aurais dit. »
"Tôi đã đứng lên phản đối và nói với sếp."
« Je dirais exactement ce que je pense de lui et de son travail. »
"Tôi sẽ nói thẳng những gì tôi nghĩ về ông ấy và công việc đó."
« Il tomberait de son bureau si je lui racontais tout ! »
"Anh ấy sẽ ngã khỏi bàn nếu tôi kể hết mọi chuyện cho anh ấy nghe!"
« Sa façon de s'asseoir à son bureau est très étrange. »
"Cách anh ấy ngồi ở bàn làm việc rất kỳ lạ."
« Sa façon de parler à ses subordonnés n'est pas correcte. »
"Cách ông ta nói chuyện với cấp dưới không đúng mực."
« Et le pire, c'est que son ouïe est très mauvaise. »
"Và điều tồi tệ nhất là thính lực của anh ấy rất kém."
«Vous n'avez donc pas d'autre choix que de vous asseoir très près de lui.»
"Vì vậy, bạn không còn lựa chọn nào khác ngoài việc ngồi rất sát anh ấy."
« Cela dit, l'espoir n'est pas encore totalement perdu. »
"Tuy nhiên, dù sao thì hy vọng vẫn chưa hoàn toàn mất đi."
« Je vais économiser cet argent pour rembourser les dettes de mes parents. »
"Tôi sẽ tiết kiệm tiền để trả nợ cho bố mẹ."
« Je ne peux rien faire tant qu'ils lui doivent de l'argent. »
"Tôi không thể làm gì được chừng nào họ vẫn còn nợ tiền anh ta."
« Mais une fois la dette remboursée, je le ferai sans aucun doute. »
"Nhưng khi trả hết nợ, tôi nhất định sẽ làm điều đó."
« Cela prendra probablement encore cinq à six ans. »
"Có lẽ sẽ mất thêm năm đến sáu năm nữa."
« Oui, alors la grande séparation aura certainement lieu. »

"Vâng, khi đó chắc chắn sẽ có sự chia tách lớn."
« Pour le moment, je dois me lever. »
"Tuy nhiên, hiện tại tôi phải rời khỏi giường."
« Parce que mon train part à cinq heures. »
"Vì tàu của tôi sẽ khởi hành lúc năm giờ."
Gregor regarda le réveil qui tic-tac sur la table.
Gregor nhìn chiếc đồng hồ báo thức đang tích tắc trên bàn.
« Père céleste ! » pensa-t-il en regardant l'heure.
"Lạy Chúa Cha!" anh nghĩ thầm khi nhìn đồng hồ.
Six heures et demie étaient déjà passées sans qu'on s'en aperçoive.
Sáu giờ rưỡi đã lặng lẽ trôi qua.
Et les aiguilles de l'horloge continuaient d'avancer d'elles-mêmes.
Và kim đồng hồ vẫn tiếp tục di chuyển về phía trước.
Et il était presque sept heures quarante-cinq.
Lúc này đã gần bảy giờ kém mười lăm phút.
« Peut-être que le réveil n'a pas sonné ? » pensa-t-il.
"Có lẽ chuông báo thức không reo để đánh thức mình?" anh ta nghĩ.
Depuis son lit, Gregor inspecta le réveil.
Từ trên giường, Gregor xem xét chiếc đồng hồ báo thức.
Le réveil était correctement réglé sur quatre heures.
Đồng hồ báo thức đã được đặt đúng giờ là bốn giờ.
Il ne pouvait pas l'expliquer, mais l'alarme avait dû sonner.
Ông ta không thể giải thích được, nhưng chắc chắn chuông báo động đã reo.
« Comment ai-je pu dormir sans m'en rendre compte après avoir entendu le réveil ? »
"Sao mình lại ngủ say đến nỗi không hề hay biết chuông báo thức reo?"
Quand elle sonne, l'alarme fait même trembler les meubles.
Khi chuông báo động reo, nó thậm chí còn làm rung cả đồ đạc trong nhà.
Il savait que son sommeil n'avait pas été du tout paisible.
Anh biết rằng giấc ngủ của mình hoàn toàn không được yên bình.

Mais c'est peut-être pour cela que son sommeil était beaucoup plus profond.

Nhưng có lẽ đó là lý do tại sao giấc ngủ của ông ấy sâu hơn nhiều.

Il devait réfléchir à ce qu'il devait faire maintenant.

Anh ta phải suy nghĩ xem mình nên làm gì bây giờ.

Le train suivant ne partait qu'à sept heures.

Chuyến tàu tiếp theo phải đến bảy giờ mới khởi hành.

Prendre ce train serait quasiment impossible.

Bắt được chuyến tàu đó gần như là điều không thể.

Et il n'avait pas encore emporté les textiles dont il avait besoin.

Và anh ấy vẫn chưa đóng gói những loại vải cần thiết.

Il ne se sentait pas particulièrement frais et agile non plus.

Ông ấy cũng không cảm thấy mình đặc biệt tỉnh táo và nhanh nhẹn.

Il y avait peut-être une chance de monter dans le train.

Có lẽ vẫn còn cơ hội lên được tàu.

Mais une réprimande du patron était inévitable de toute façon.

Nhưng dù sao thì việc bị sếp khiển trách cũng là điều không thể tránh khỏi.

Le commis aurait pris le train de cinq heures.

Người thư ký hẳn đã lên chuyến tàu lúc năm giờ.

Le commis de bureau était une créature sans envergure, à la solde du patron.

Nhân viên văn phòng đó là một kẻ nhu nhược, tay sai của ông chủ.

L'absence de Gregor aurait donc déjà été signalée.

Như vậy, việc Gregor vắng mặt hẳn đã được báo cáo rồi.

« Et si je me faisais porter malade ? » se demandait Gregor.

"Nếu mình xin nghỉ ốm thì sao?" Gregor đang cân nhắc.

Mais ce serait extrêmement embarrassant et suspect.

Nhưng điều đó sẽ vô cùng đáng xấu hổ và đáng ngờ.

Gregor n'avait jamais été malade pendant la période où il avait travaillé là-bas.

Trong suốt thời gian làm việc ở đó, Gregor chưa từng bị ốm.

Et il leur avait déjà consacré cinq années de service.
Và ông ấy đã cống hiến cho họ năm năm phục vụ.
Il y avait de fortes chances que le patron vienne prendre de ses nouvelles.
Rất có thể sếp sẽ đến kiểm tra tình hình của anh ta.
Il amènerait probablement le médecin de l'assurance maladie.
Có lẽ anh ta sẽ mang theo bác sĩ của bảo hiểm y tế.
Et il blâmait les parents pour la paresse de leur fils.
Và ông ta sẽ đổ lỗi cho cha mẹ về đứa con trai lười biếng của họ.
Ils ne pourraient formuler aucune objection à son égard.
Họ sẽ không thể phản đối anh ta.
Car pour lui, il n'y avait que deux sortes de travailleurs.
Vì đối với ông ta chỉ có hai loại công nhân.
Soit les ouvriers étaient en parfaite santé, soit ils rechignaient à travailler.
Hoặc là công nhân hoàn toàn khỏe mạnh, hoặc là họ lười biếng không muốn làm việc.
Et aurait-il même tort dans cette analyse de base ?
Liệu phân tích cơ bản đó của ông ấy có sai không?
Assurément, dans ce cas précis, son argument était solide.
Chắc chắn, trong trường hợp này, lập luận của ông ấy rất thuyết phục.
Malgré son apparence, Gregor se sentait en réalité plutôt bien.
Mặc dù vẻ ngoài có vẻ không được khỏe, Gregor thực sự cảm thấy khá ổn.
Ce long sommeil inutile l'avait rendu un peu somnolent.
Giấc ngủ dài không cần thiết khiến anh ấy hơi buồn ngủ.
Mais à part ça, il ne pouvait pas se plaindre de maladie.
Nhưng ngoài chuyện đó ra thì ông ấy không có gì để phàn nàn về bệnh tật.
Il ressentait même une faim particulièrement forte et saine.
Ông thậm chí còn cảm thấy một cơn đói đặc biệt mạnh mẽ và dễ chịu.

Tandis qu'il nourrissait ces pensées, l'horloge sonna de nouveau.

Trong lúc anh đang suy nghĩ những điều đó, tiếng chuông đồng hồ lại điểm.

Selon l'alarme, il était alors sept heures moins le quart.

Theo chuông báo động thì lúc đó là 7 giờ 45 phút.

Et maintenant, on frappa doucement à la porte.

Và lúc này, có tiếng gõ cửa nhẹ nhàng.

« Gregor », l'appela quelqu'un – c'était sa mère.

"Gregor," ai đó gọi cậu – đó là mẹ cậu.

« Il est sept heures moins le quart », a-t-elle confirmé en entendant l'alarme.

"Bây giờ là bảy giờ kém mười lăm phút," cô ấy xác nhận báo động.

« Tu ne voulais pas partir ? » demanda la douce voix.

"Chẳng phải anh/chị muốn rời đi sao?" giọng nói dịu dàng hỏi.

Gregor eut peur en entendant sa voix répondre.

Gregor giật mình khi nghe thấy giọng mình trả lời.

Sa voix était toujours la même.

Giọng nói vẫn là giọng nói quen thuộc của ông ấy.

Mais une nouvelle sonorité s'était désormais mêlée à sa voix.

Nhưng giờ đây, giọng nói của anh ta lại pha lẫn một âm thanh mới.

Un couinement douloureux s'échappa également du plus profond de lui.

Từ sâu bên trong anh ta cũng phát ra một tiếng rên đau đớn.

Au début, sa voix semblait former des mots avec clarté.

Ban đầu, giọng nói của anh ta dường như phát âm rõ ràng.

Mais alors, Gregor entendit l'écho mental de sa voix.

Nhưng rồi Gregor nghe thấy tiếng vọng trong tâm trí mình giọng nói của chính mình.

L'enregistrement de sa voix s'est interrompu de façon étrange.

Bản ghi âm giọng nói của anh ấy bị gián đoạn một cách kỳ lạ.

Et il n'était pas sûr d'avoir bien entendu.

Và anh ta không chắc mình đã nghe đúng hay không.

Gregor éprouvait un profond désir de donner une réponse détaillée.
Gregor cảm thấy vô cùng muốn đưa ra một câu trả lời chi tiết.
Il voulait tout expliquer clairement à sa mère.
Anh ấy muốn giải thích rõ ràng mọi chuyện cho mẹ mình.
Mais, compte tenu des circonstances, il devait se limiter.
Nhưng, trong hoàn cảnh đó, anh ta buộc phải tự giới hạn bản thân.
Et sa réponse fut beaucoup plus brève qu'il ne l'aurait souhaité.
Và câu trả lời của ông ngắn gọn hơn nhiều so với dự định.
"Oui maman, ne t'inquiète pas, merci, je suis déjà levée."
"Vâng mẹ, đừng lo, cảm ơn mẹ, con dậy rồi."
La porte en bois a probablement contribué à étouffer sa voix.
Cánh cửa gỗ có lẽ đã giúp làm giảm bớt tiếng nói của anh ta.
À l'extérieur, le changement dans la voix de Gregor est resté inaperçu.
Bên ngoài, sự thay đổi trong giọng nói của Gregor không ai nhận thấy.
La mère semblait satisfaite de son explication.
Người mẹ có vẻ hài lòng với lời giải thích của anh ta.
Et elle repartit aussi discrètement qu'elle était venue.
Và nàng lại ra đi lặng lẽ như lúc đến.
Mais cette petite conversation a eu un effet indésirable.
Nhưng cuộc trò chuyện ngắn ngủi đó lại gây ra một tác dụng không mong muốn.
Il a attiré l'attention des autres membres de la famille.
Anh ấy đã thu hút sự chú ý của các thành viên khác trong gia đình.
Gregor était toujours chez lui et n'était pas allé travailler.
Gregor vẫn ở nhà và chưa đi làm.
Et maintenant, le père frappa lui aussi à la porte de côté.
Và lúc này, người cha cũng gõ cửa bên hông.
Il frappa faiblement, mais avec détermination, du poing.
Anh ta gõ nhẹ nhưng dứt khoát bằng nắm đấm.
« Gregor, Gregor », appela-t-il, « quel est le problème ? »
"Gregor, Gregor," anh ta gọi, "có chuyện gì vậy?"

Au bout d'un moment, il avertit de nouveau d'une voix plus grave.

Một lúc sau, ông ta lại cảnh báo bằng giọng trầm hơn.

Mais la sœur frappa alors à la porte de l'autre côté.

Nhưng ở cánh cửa bên kia, người chị gái gõ cửa.

« Gregor ? Tu ne te sens pas bien ? » demanda-t-elle doucement.

"Gregor? Anh không khỏe sao?" cô ấy hỏi khẽ.

« Avez-vous besoin de quelque chose ? » demanda-t-elle, inquiète.

"Bạn cần gì không?", cô ấy hỏi với vẻ lo lắng.

Gregor a répondu aux deux parties : « J'ai déjà terminé. »

Gregor trả lời cả hai bên: "Tôi đã xong rồi."

Il avait fait de son mieux pour prononcer tous les mots avec soin.

Anh ấy đã cố gắng hết sức để phát âm từng từ một cách cẩn thận.

Et il a gommé tout ce qui était ostentatoire dans sa voix.

Và ông đã loại bỏ mọi thứ dễ nhận thấy trong giọng nói của mình.

Le père semblait également satisfait de la réponse.

Người cha có vẻ cũng hài lòng với câu trả lời.

Et il retourna à son petit-déjeuner inachevé.

Và anh ta quay lại với bữa sáng dang dở của mình.

Mais la sœur murmura : « Gregor, ouvre la bouche, je t'en supplie. »

Nhưng người chị thì thầm, "Gregor, hãy mở miệng ra, em cầu xin anh."

Mais son inquiétude à son égard ne parvenait en rien à l'émouvoir.

Nhưng sự quan tâm của cô dành cho anh không thể lay động anh theo bất kỳ cách nào.

Gregor n'avait aucune intention de lui ouvrir la porte.

Gregor không hề có ý định mở cửa cho cô ấy.

Ses voyages lui avaient permis d'acquérir certaines habitudes de prudence.

Ông ấy đã hình thành được một số thói quen thận trọng từ những chuyến đi.

Et il se félicita d'avoir verrouillé les portes.

Và ông ta tự khen mình vì đã khóa cửa.

Il voulait d'abord se lever tranquillement, à son propre rythme.

Trước tiên, anh ấy muốn lặng lẽ thức dậy vào thời điểm thích hợp.

Et, sans être dérangé, il voulut s'habiller.

Và, không muốn bị làm phiền, anh ấy muốn mặc quần áo.

Cela étant fait, il voulut ensuite prendre son petit-déjeuner.

Sau khi hoàn thành việc đó, anh ấy muốn ăn sáng.

Ce n'est qu'alors qu'il a souhaité examiner la situation plus en détail.

Chỉ đến lúc đó anh ta mới muốn xem xét tình hình kỹ hơn.

Il savait qu'il était inutile de faire des projets au lit.

Anh ta biết rằng việc lên kế hoạch trên giường chẳng có ích gì.

Il serait impossible de parvenir à une conclusion sensée.

Việc đưa ra một kết luận hợp lý là điều không thể.

Il lui était déjà arrivé de se réveiller avec de légères douleurs.

Đã có những lần khác anh thức dậy với những cơn đau nhẹ.

Ces douleurs se sont toujours révélées être de pures inventions de l'imagination.

Những nỗi đau đó cuối cùng đều chỉ là do tưởng tượng mà ra.

En me levant du lit, la douleur disparaissait invariablement.

Khi ra khỏi giường, cơn đau thường biến mất.

Il était curieux de voir ce qu'il adviendrait de ces idées.

Ông ấy tò mò muốn xem điều gì sẽ xảy ra với những ý tưởng này.

Le changement de sa voix était probablement dû à un rhume.

Sự thay đổi trong giọng nói của anh ấy có lẽ chỉ là do bị cảm lạnh.

Le rhume est un risque professionnel courant pour les voyageurs.

Cảm lạnh chỉ là rủi ro nghề nghiệp đối với những người đi du lịch.

Il ne doutait pas que c'était l'explication logique.

Ông không hề nghi ngờ rằng đó là lời giải thích hợp lý.

Il s'est facilement dégagé de la couverture.

Việc tự mình cởi bỏ tấm chăn ra rất dễ dàng.

Il lui suffisait d'inspirer et de se gonfler.

Anh ta chỉ cần hít vào và tự thổi phồng mình lên.

La couverture glissa de son corps et tomba sur le sol.

Chiếc chăn tuột khỏi người anh ta và rơi xuống sàn.

Son corps incroyablement large rendait d'autres choses difficiles.

Thân hình quá khổ của anh ta đã gây khó khăn cho những việc khác.

Il aurait eu besoin de bras et de mains pour se tenir debout.

Ông ấy cần có tay và cánh tay để đứng dậy.

Mais il n'avait plus les membres qu'il avait autrefois.

Nhưng ông ấy không còn tứ chi như trước nữa.

Au lieu de bras et de mains, il avait plein de petites jambes.

Thay vì tay và cánh tay, cậu bé có rất nhiều chân nhỏ.

Et ses jambes bougeaient sans cesse, sans qu'il puisse les contrôler.

Và đôi chân của anh ta liên tục cử động, ngoài tầm kiểm soát của anh ta.

Il a essayé de plier une jambe, mais au lieu de cela, elle s'est étirée.

Anh ta cố gắng co một chân, nhưng thay vào đó chân lại duỗi thẳng ra.

Il parvint finalement à contrôler une jambe.

Cuối cùng anh ta cũng điều khiển được một chân.

Mais ensuite, le mouvement des autres pattes a été libéré.

Nhưng sau đó, chuyển động của các chân còn lại được thả lỏng.

Et toutes ses jambes frémissaient d'excitation extrême.

Và toàn bộ chân của anh ta co giật vì quá phấn khích.

Il a d'abord voulu sortir le bas de son corps du lit.

Đầu tiên, anh ta muốn đưa phần thân dưới của mình ra khỏi giường.

Mais il n'avait pas encore vu le bas de son corps.

Nhưng thực tế thì anh ta vẫn chưa nhìn thấy phần thân dưới của mình.

Et de toute façon, déplacer cette pièce s'est avéré trop difficile.

Và dù sao thì việc di chuyển phần này cũng quá khó khăn.

Finalement, de toutes ses forces, il fit un geste audacieux.

Cuối cùng, với tất cả sức lực, anh ta thực hiện một động tác táo bạo.

Sans plus hésiter, il s'avança.

Không chút do dự, anh ta tiến về phía trước.

Mais il avait choisi la mauvaise direction.

Nhưng anh ta đã chọn sai hướng đi.

Il s'est violemment cogné le corps contre le montant inférieur du lit.

Anh ta đập mạnh người vào phần dưới của cột giường.

La douleur brûlante qu'il ressentait lui a appris une précieuse leçon.

Cơn đau bỏng rát mà anh ấy cảm nhận đã dạy cho anh ấy một bài học quý giá.

La partie inférieure de son corps était peut-être plus sensible.

Có lẽ phần thân dưới của anh ta nhạy cảm hơn.

Il a donc commencé par sortir le haut de son corps du lit.

Vì vậy, anh ấy cố gắng đưa phần thân trên ra khỏi giường trước.

Il tourna prudemment la tête dans la bonne direction.

Anh ta cẩn thận quay đầu về đúng hướng.

Et bientôt, sa tête se retrouva face au bord du lit.

Và chẳng mấy chốc, đầu anh ta đã hướng về phía mép giường.

Ce mouvement prudent lui était en réalité facile.

Động thái thận trọng này thực ra khá dễ dàng đối với anh ta.

Et sa largeur et son poids ne l'empêchaient pas de se déplacer.

Và cả thân hình đồ sộ lẫn cân nặng cũng không cản trở được chuyển động của ông.

La masse de son corps suivit lentement le mouvement de sa tête.

Toàn bộ cơ thể anh ta từ từ chuyển động theo hướng đầu.

Mais ensuite, il a passé la tête au-dessus du bord du lit.

Nhưng rồi anh ta thò đầu ra khỏi mép giường.

Et il dut faire face à une nouvelle peur à laquelle il n'avait pas encore pensé.

Và anh phải đối mặt với một nỗi sợ hãi mới mà anh chưa từng nghĩ đến.

Poursuivre dans cette voie pourrait s'avérer dangereux.

Tiếp tục tiến xa hơn theo cách này có thể rất nguy hiểm.

Il pensait qu'il allait simplement se laisser tomber.

Anh ta đã nghĩ rằng mình chỉ cần để mặc cho bản thân rơi xuống.

Mais ce serait un miracle s'il ne s'était pas blessé à la tête.

Nhưng sẽ là một phép màu nếu anh ta không bị thương ở đầu.

Ce n'était pas le moment de risquer de perdre connaissance.

Đây không phải là lúc để mạo hiểm mất ý thức.

Finalement, il vaudrait peut-être mieux rester au lit.

Có lẽ nằm trên giường vẫn tốt hơn.

Mais il devait ensuite faire le même effort pour revenir.

Nhưng sau đó anh ta lại phải nỗ lực tương tự để quay trở lại.

Après tous ces efforts, il était allongé là, exactement comme avant.

Sau tất cả những nỗ lực đó, anh ta vẫn nằm đó như trước.

Et maintenant, ses jambes semblaient encore plus en colère qu'elles ne l'avaient été.

Và giờ đôi chân của anh ta dường như còn giận dữ hơn trước.

Les mouvements de sa jambe étaient devenus encore plus incontrôlables.

Các cử động chân của anh ta ngày càng trở nên khó kiểm soát.

Il ne voyait aucun moyen de sortir de la situation dans laquelle il se trouvait.

Anh ta không thấy cách nào để thoát khỏi tình cảnh hiện tại.

Il était impossible de faire émerger la paix et l'ordre de ce chaos.

Không thể lập lại hòa bình và trật tự trong tình trạng hỗn loạn này.

Mais il savait que rester au lit n'était pas une option non plus.

Nhưng anh biết rằng nằm lì trên giường cũng không phải là một lựa chọn.

Tout sacrifier était l'option la plus sensée.

Hy sinh tất cả là lựa chọn khôn ngoan nhất.

Il s'accrochait au moindre espoir de pouvoir se lever.

Anh ta bám víu vào chút hy vọng mong manh nhất là được ra khỏi giường.

S'il y parvenait, tous les risques en auraient valu la peine.

Nếu anh ấy làm được điều này, mọi rủi ro đều đáng giá.

Mais il se souvenait aussi d'autre chose en même temps.

Nhưng cùng lúc đó, ông cũng nhớ ra một điều khác.

« Mieux vaut réfléchir sereinement que de prendre des décisions désespérées. »

"Suy nghĩ thấu đáo, bình tĩnh sẽ tốt hơn là đưa ra những quyết định vội vàng."

Il concentra tous ses efforts sur la fenêtre.

Anh dồn hết sức lực để tập trung ánh mắt vào cửa sổ.

Mais ce qu'il vit ne lui insuffla guère de confiance ni de joie.

Nhưng những gì ông chứng kiến không mang lại cho ông chút tự tin và niềm vui nào.

La brume matinale enveloppait toute la rue étroite.

Sương sớm bao phủ toàn bộ con phố hẹp.

Le réveil sonna à nouveau ; il était maintenant sept heures.

Chuông báo thức lại reo; bây giờ đã là bảy giờ.

« Il est déjà sept heures et il y a encore un épais brouillard. »

"Đã bảy giờ rồi mà sương mù vẫn còn dày đặc."

Il resta un moment allongé, immobile, respirant faiblement.

Một lúc lâu, anh nằm im lặng, chỉ thở yếu ớt.

Un peu de calme permettrait peut-être de retrouver une certaine normalité.

Có lẽ sự tĩnh lặng sẽ mang lại một chút bình thường.

Un silence complet pourrait engendrer les conditions réelles.

Sự im lặng hoàn toàn có thể hé lộ những điều kiện thực sự.

Mais avant que l'horloge ne sonne à nouveau, il rompit le silence.

Nhưng trước khi đồng hồ điểm chuông lần nữa, anh ấy đã phá vỡ sự im lặng.

«Avant que l'horloge ne sonne à nouveau, je dois être levé.»

"Trước khi đồng hồ điểm chuông lần nữa, tôi phải ra khỏi giường."

« Je dois absolument être complètement levé à ce moment-là. »

"Tôi nhất định phải ra khỏi giường trước giờ đó."

« Après 19h15, le bureau enverra quelqu'un. »

"Sau 7 giờ 15 phút, văn phòng sẽ cử người đến."

"Parce que le bureau ouvrait avant sept heures."

"Vì văn phòng mở cửa trước bảy giờ."

Et il commença alors à se balancer hors du lit.

Và lúc này anh ta bắt đầu lắc người ra khỏi giường.

Il avait cessé de se concentrer sur le haut ou le bas de son corps.

Anh ta đã không còn tập trung vào phần thân trên hay thân dưới của mình nữa.

Il fallut sortir tout son corps du lit.

Toàn bộ chiều dài cơ thể anh ta phải rời khỏi giường.

Tomber de cette façon devrait protéger sa tête, pensa-t-il.

Anh ta nghĩ, ngã theo cách này sẽ giúp bảo vệ đầu mình.

Il avait prévu de relever la tête lorsqu'il toucherait le sol.

Anh ta đã dự định sẽ ngẩng đầu lên khi ngã xuống đất.

Son dos semblait suffisamment robuste pour encaisser le choc.

Phần lưng của anh ta có vẻ đủ cứng cáp để chịu được cú va chạm.

Et le tapis était là pour amortir l'atterrissage.

Và tấm thảm ở đó để làm giảm lực va chạm.

Ce qui le préoccupait le plus, cependant, c'était le bruit assourdissant.

Tuy nhiên, điều khiến ông lo lắng nhất lại là tiếng ồn lớn.

Le bruit fracassant effrayerait tous les occupants de la maison.

Tiếng đổ vỡ sẽ làm mọi người trong nhà hoảng sợ.

Peut-être que le bruit fort ne les terrifierait pas.

Có lẽ họ sẽ không sợ tiếng ồn lớn.

Mais ils seraient certainement inquiets s'ils l'apprenaient.

Nhưng chắc chắn họ sẽ lo lắng nếu nghe thấy.

Mais il fallait prendre le risque d'attirer l'attention.

Nhưng việc chấp nhận rủi ro thu hút sự chú ý là điều không thể tránh khỏi.

La nouvelle méthode s'apparentait davantage à un jeu qu'à un effort.

Phương pháp mới này giống một trò chơi hơn là một nỗ lực thực sự.

Il devait balancer son corps par mouvements brusques et saccadés.

Anh ta phải lắc lư người một cách đột ngột và giật cục.

Gregor était déjà à moitié sorti du lit.

Gregor đã ra khỏi giường được nửa chừng.

Une nouvelle idée venait de lui traverser l'esprit.

Lúc này, một ý nghĩ mới chợt nảy ra trong đầu anh ta.

« Tout serait si facile si quelqu'un venait à mon secours. »

"Mọi chuyện sẽ dễ dàng hơn nhiều nếu có ai đó đến giúp đỡ tôi."

« Deux personnes fortes suffiraient amplement. »

"Hai người khỏe mạnh là hoàn toàn đủ."

Son père et la servante seraient assez forts.

Cha anh và người hầu gái sẽ đủ sức giúp đỡ.

Il leur suffirait de glisser leurs bras sous son dos.

Họ chỉ cần luồn tay xuống dưới lưng anh ta.

Et ensuite, ils pourraient facilement le sortir du lit.

Và sau đó họ có thể dễ dàng lôi anh ta ra khỏi giường.

Peut-être auraient-ils dû réduire son poids progressivement.

Có lẽ họ sẽ phải giảm cân cho anh ta từ từ.

Alors, espérons-le, les jambes auraient trouvé leur utilité.

Hy vọng rằng khi đó đôi chân sẽ tìm được mục đích sử dụng của mình.

« Ne serait-il pas préférable, après tout, de demander de l'aide ? »

"Chẳng phải gọi người đến giúp sẽ tốt hơn sao?"

Le problème, bien sûr, c'est qu'il avait verrouillé les portes.

Vấn đề nằm ở chỗ anh ta đã khóa cửa.

Il y avait quelque chose dans cette idée qui le chatouillait.

Ý nghĩ đó khiến anh ta cảm thấy thích thú.

Et malgré ses difficultés, il ne put réprimer un sourire.

Và bất chấp khó khăn, anh ấy vẫn không thể kìm nén nụ cười.

Il était déjà sur le point de perdre l'équilibre.

Lúc này anh ta đã gần như mất thăng bằng rồi.

Chaque balancement le rapprochait un peu plus du moment où il basculerait du lit.

Mỗi cú đu đưa lại càng đưa anh ta đến gần hơn với nguy cơ ngã khỏi giường.

Il allait bientôt devoir prendre la décision finale.

Sắp tới anh ta sẽ phải đưa ra quyết định cuối cùng.

Dans cinq minutes, il serait sept heures et quart.

Năm phút nữa là tròn bảy giờ mười lăm phút.

Tandis qu'il était plongé dans ces pensées, la sonnette retentit.

Trong lúc anh đang suy nghĩ những điều đó, chuông cửa reo.

« C'est quelqu'un du bureau », se dit-il.

"Chắc là người quen ở văn phòng," anh tự nhủ.

Et il fut presque paralysé de peur à cause du visiteur.

Và anh ta gần như chết lặng vì sợ hãi trước vị khách lạ.

Ses jambes s'agitaient encore plus sauvagement qu'auparavant.

Đôi chân anh ta chuyển động điên cuồng hơn cả trước đó.

Mais ensuite, pendant un instant, tout resta silencieux.

Nhưng rồi, trong giây lát, mọi thứ bỗng im lặng.

« Ils n'ouvriront pas la porte », se dit Gregor.

"Họ sẽ không mở cửa đâu," Gregor tự nhủ.

Il était encore prisonnier d'un espoir insensé.

Anh ta vẫn còn chìm đắm trong một niềm hy vọng hão huyền nào đó.

Mais ensuite, bien sûr, la bonne s'est dirigée vers la porte.

Nhưng rồi, tất nhiên, người hầu gái bước ra cửa.

Et, comme toujours, elle ouvrit la porte au visiteur.

Và như thường lệ, bà mở cửa đón khách.

Gregor n'avait besoin d'entendre que les premiers mots de bienvenue du visiteur.

Gregor chỉ cần nghe lời chào đầu tiên của vị khách.

Il a tout de suite compris qui était venu le chercher.

Anh ta nhận ra ngay ai đến tìm mình.

Le chef de bureau en personne était venu prendre des nouvelles de Samsa.

Trưởng văn phòng đích thân đến để kiểm tra tình hình của Samsa.

Pourquoi Gregor était-il le seul à être condamné à un tel sort ?

Tại sao Gregor lại là người duy nhất bị kết án phải chịu số phận này?

Pourquoi lui seul a-t-il dû servir dans une telle organisation ?

Tại sao chỉ có mình anh ta phải phục vụ trong một tổ chức như vậy?

Le moindre oubli éveillait immédiatement les soupçons.

Chỉ một sơ suất nhỏ cũng lập tức gây ra nghi ngờ.

Tous les employés qui travaillaient là-bas étaient-ils des scélérats ?

Tất cả nhân viên làm việc ở đó đều là những kẻ bất lương sao?

N'y avait-il donc parmi eux aucune personne fidèle et dévouée ?

Trong số họ chẳng lẽ không có người nào trung thành và tận tụy sao?

N'auraient-ils pas pu simplement envoyer un apprenti ?

Sao họ không cử một người học việc sang?

Toutes ces interrogations étaient-elles vraiment nécessaires ?

Liệu tất cả những câu hỏi này có thực sự cần thiết không?

Le représentant autorisé devait-il se déplacer en personne ?

Người đại diện được ủy quyền có cần phải đích thân đến không?

Fallait-il vraiment informer toute la famille innocente ?

Cả gia đình vô tội đó có cần phải được thông báo không?

Toutes ces considérations ont poussé Gregor à agir.

Tất cả những yếu tố trên đã thúc đẩy Gregor hành động.

Il se hissa hors du lit de toutes ses forces.

Anh ta dốc hết sức mình để ra khỏi giường.

Il y a eu une forte détonation, mais ce n'était pas vraiment un bruit.

Có một tiếng nổ lớn, nhưng thực ra nó không hẳn là tiếng động.

La chute avait été légèrement amortie par le tapis.

Cú ngã đã được giảm bớt phần nào nhờ tấm thảm.

Son dos était plus élastique que Gregor ne l'avait imaginé.

Lưng của hắn dẻo dai hơn Gregor tưởng.

Le son était donc plus sourd et moins perceptible.

Vì vậy, âm thanh trở nên trầm hơn và không dễ nhận thấy.

Mais il n'avait pas fait attention à sa tête pendant sa chute.

Nhưng anh ta đã không chú ý đến phần đầu của mình trong lúc ngã.

Et lorsqu'il a touché le sol, il s'est aussi cogné la tête.

Và khi ngã xuống đất, đầu anh ta cũng bị đập xuống.

Il se frotta la tête sur le tapis, en colère et souffrant.

Anh ta dụi đầu vào thảm trong cơn giận dữ và đau đớn.

Mais le gérant, qui se trouvait dans la pièce d'à côté, a entendu le bruit.

Nhưng người quản lý ở phòng bên cạnh đã nghe thấy tiếng động.

« Quelque chose est tombé là-dedans », a-t-il observé avec justesse.

"Có thứ gì đó rơi vào trong đó," ông ấy nhận xét chính xác.

Gregor essaya d'imaginer le manager dans sa situation.

Gregor cố gắng hình dung người quản lý trong hoàn cảnh của mình.

« La même chose pourrait-elle lui arriver ? » se demanda-t-il.

"Liệu điều tương tự có thể xảy ra với anh ấy không?" anh tự hỏi.

Il a admis que cet étrange événement pouvait être possible.

Ông chấp nhận rằng sự kiện kỳ lạ này có thể xảy ra.

Puis le chef de bureau fit quelques pas vers la pièce.

Rồi viên thư ký trưởng bước vài bước vào phòng.

C'était presque une réponse grossière à la question qu'il avait posée.

Đó gần như là một câu trả lời thô thiển cho câu hỏi mà anh ấy đã đặt ra.

Ses bottes en cuir grinçaient lorsqu'il s'approcha de la porte.

Đôi ủng da của anh ta kêu cót két khi anh ta tiến đến cửa.

Depuis la pièce située à sa droite, sa servante lui chuchota quelque chose.

Từ căn phòng bên phải, người hầu gái thì thầm với anh ta.

"Gregor, le représentant autorisé est ici."

"Gregor, người đại diện được ủy quyền, đã có mặt."

« Je sais », dit Gregor, mais seulement à voix basse pour lui-même.

"Tôi biết," Gregor nói, nhưng chỉ khẽ nói với chính mình.

Il n'osait pas élever la voix au-dessus d'un murmure.

Ông ta không dám nói to hơn tiếng thì thầm.

Parce que Gregor ne voulait pas que sa sœur l'entende.

Vì Gregor không muốn em gái mình nghe thấy.

« Gregor », dit le père depuis la pièce de gauche.

"Gregor," người cha nói từ phòng bên trái.

«Le responsable est venu vérifier quel est le problème.»

"Quản lý đã đến để kiểm tra xem vấn đề là gì."

« Il vous a demandé pourquoi vous n'aviez pas pris le premier train. »

"Ông ấy hỏi tại sao bạn không đi chuyến tàu sớm."

« Nous ne savons pas quoi lui dire », a déclaré le père.

"Chúng tôi không biết phải nói gì với thằng bé," người cha nói.

« D'ailleurs, il souhaite également vous parler personnellement. »

"Nhân tiện, ông ấy cũng muốn nói chuyện riêng với bạn."

« Veuillez ouvrir la porte, afin qu'il puisse vous parler. »

"Làm ơn mở cửa để anh ấy có thể nói chuyện với bạn."

« Il aura la gentillesse d'excuser le désordre dans la chambre. »

"Ngài ấy sẽ rộng lượng bỏ qua sự bừa bộn trong phòng."

« Bonjour, Monsieur Samsa », lui lança le directeur.
"Chào buổi sáng, ông Samsa," người quản lý gọi ông.
Et il lui a certainement parlé de manière amicale.
Và quả thật ông ấy đã nói chuyện với anh ta một cách thân thiện.
« Il ne se sent pas bien », dit la mère au gérant.
"Anh ấy không khỏe," người mẹ nói với người quản lý.
« Il ne va pas bien du tout, croyez-moi, cher manager. »
"Tin tôi đi, thưa quản lý."
« Sinon, pourquoi Gregor aurait-il raté le train du matin ? »
"Nếu không thì tại sao Gregor lại lỡ chuyến tàu sáng hôm sau?"
«Le garçon ne pense qu'à ses affaires.»
"Cậu bé chỉ nghĩ đến công việc kinh doanh mà thôi."
« Cela m'agace presque qu'il ne fasse rien d'autre. »
"Tôi gần như cảm thấy khó chịu vì anh ta chẳng làm gì khác ngoài việc đó."
« J'aimerais qu'il sorte le soir pour prendre l'air. »
"Tôi ước gì anh ấy ra ngoài hít thở không khí trong lành vào buổi tối."
« Il était en ville pendant huit jours pour affaires. »
"Ông ấy ở lại thành phố tám ngày để giải quyết công việc."
« Mais il était chez lui tous les soirs. »
"Nhưng tối nào ông ấy cũng ở nhà."
«Il s'assoit à notre table et lit le journal.»
"Anh ấy ngồi ở bàn chúng tôi và đọc báo."
« À d'autres moments, il étudie les horaires des trains. »
"Vào những lúc khác, anh ấy nghiên cứu thời gian biểu của các chuyến tàu."
«Il lui arrive de s'occuper en faisant de la menuiserie.»
"Thỉnh thoảng ông ấy cũng tự mình làm những công việc liên quan đến nghề mộc."
« Par exemple, il a sculpté un petit cadre photo en bois. »
"Ví dụ, ông ấy đã khắc một khung tranh nhỏ bằng gỗ."
« Pendant deux ou trois soirées, il était occupé avec la scie. »
"Suốt hai hoặc ba buổi tối, ông ấy đều bận rộn với cái cưa."

«Vous serez étonné(e) de voir à quel point le cadre photo est joli.»
"Bạn sẽ ngạc nhiên trước vẻ đẹp của khung tranh này."
«Il a accroché le cadre photo dans sa chambre.»
"Anh ấy đã treo khung tranh lên trong phòng mình rồi."
« Quand il ouvrira la porte, vous verrez ses boiseries. »
"Khi ông ấy mở cửa, bạn sẽ thấy những tác phẩm chạm khắc gỗ của ông ấy."
« Au fait, je suis ravi que vous soyez ici, Monsieur Prokurist. »
"Nhân tiện, tôi rất vui vì ông đã đến đây, thưa ông Prokurist."
« Nous n'aurions pas pu, à nous seuls, forcer Gregor à ouvrir la porte. »
"Chỉ riêng chúng ta không thể khiến Gregor mở cửa."
« Il est tellement têtu », a avoué sa mère au vendeur.
"Thằng bé cứng đầu quá," mẹ nó thú nhận với nhân viên bán hàng.
« Il est certainement malade, même s'il l'a nié auparavant. »
"Chắc chắn là ông ấy không khỏe, mặc dù trước đó ông ấy đã phủ nhận điều này."
« J'arrive tout de suite », dit Gregor lentement et prudemment.
"Tôi sẽ đến ngay," Gregor nói chậm rãi và cẩn thận.
Mais il ne fit aucun mouvement vers la porte de la pièce.
Nhưng ông ta không hề có động tĩnh gì về phía cửa phòng.
Il ne voulait pas perdre un seul mot de la conversation.
Anh ta không muốn bỏ sót một từ nào trong cuộc trò chuyện.
Le chef de bureau a approuvé l'évaluation de la mère.
Trưởng phòng hành chính đồng ý với nhận định của người mẹ.
« Je ne peux pas l'expliquer autrement non plus, madame. »
"Tôi cũng không thể giải thích theo cách nào khác được, thưa bà."
« Espérons tous qu'il ne souffre d'aucune maladie grave », a-t-il déclaré.
"Chúng ta hãy cùng hy vọng anh ấy không mắc bệnh hiểm nghèo," ông nói.

« D'un autre côté, c'est un risque pour notre secteur. »

"Mặt khác, đó lại là một mối nguy hiểm trong ngành của chúng ta."

« Nous, les hommes d'affaires, devons souvent surmonter un certain malaise. »

"Chúng tôi, những người làm kinh doanh, thường phải vượt qua những khó khăn."

« Les professionnels doivent simplement faire abstraction des petites douleurs. »

"Những người chuyên nghiệp chỉ cần vượt qua những khó khăn nhỏ."

Pendant ce temps, son père frappa de nouveau à l'autre porte.

Trong khi đó, cha anh ta lại gõ cửa nhà bên kia.

« Le chef de bureau peut-il entrer maintenant ? » demanda-t-il.

"Trưởng phòng có thể vào bây giờ được không?" ông ta muốn biết.

« Non, il ne peut pas », répondit Gregor à la question de son père.

"Không, cậu ấy không thể," Gregor trả lời câu hỏi của cha mình.

Un silence gênant s'installa dans la pièce de gauche.

Một bầu không khí im lặng khó xử bao trùm căn phòng bên trái.

Dans la pièce de droite, la sœur se mit à sangloter.

Trong căn phòng bên phải, người chị bắt đầu nức nở.

Pourquoi la sœur n'était-elle pas partie rejoindre les autres ?

Tại sao người em gái lại không đi cùng những người khác?

Elle venait probablement de se lever, pensa-t-il.

Anh ta nghĩ, có lẽ cô ấy vừa mới thức dậy.

Elle n'a peut-être même pas encore commencé à s'habiller.

Có lẽ cô ấy còn chưa bắt đầu mặc quần áo.

Mais Gregor ne comprenait pas pourquoi elle pleurait.

Nhưng Gregor không hiểu tại sao cô ấy lại khóc.

Était-ce parce qu'il ne s'était pas levé pour laisser entrer le directeur ?

Có phải vì anh ta không đứng dậy và cho người quản lý vào không?

Était-ce parce qu'il risquait de perdre son emploi ?

Có phải vì anh ấy đang có nguy cơ mất việc không?

Le patron pourrait-il s'en prendre aux parents comme avant ?

Liệu ông chủ có thể sẽ gây khó dễ cho phụ huynh như trước đây không?

Allait-il leur formuler à nouveau les mêmes exigences qu'auparavant ?

Liệu ông ta có định đưa ra những yêu cầu cũ đối với họ một lần nữa không?

Il n'y avait probablement pas lieu de s'inquiéter de ces choses-là.

Có lẽ những điều này không cần phải lo lắng.

Pour le moment, elle n'avait aucune raison de pleurer.

Hiện tại cô ấy không có lý do gì để khóc.

Gregor était toujours là, subvenant aux besoins de sa famille.

Gregor vẫn ở đây, chu cấp cho gia đình.

Et il n'a jamais eu l'intention de quitter sa famille.

Và ông ấy chưa bao giờ có ý định rời bỏ gia đình.

Pour le moment, il restait simplement allongé là, sur le tapis.

Lúc này, anh ta chỉ nằm đó trên thảm.

La famille ignorait son état.

Gia đình không hề biết tình trạng sức khỏe của ông ấy.

S'ils avaient su, ils n'auraient pas encouragé son patron.

Nếu họ biết chuyện, họ đã không khuyến khích sếp của anh ta.

Ils n'auraient même pas laissé entrer le gérant.

Họ thậm chí còn không cho người quản lý vào nhà.

Le refouler n'aurait pas été particulièrement impoli.

Từ chối cho anh ta vào cũng không phải là hành động quá bất lịch sự.

Il aurait facilement pu trouver une excuse convenable plus tard.

Ông ta hoàn toàn có thể tìm ra một lời bào chữa thích hợp sau đó.

Ce n'était pas un motif de licenciement.
Đó không phải là lý do khiến anh ta bị sa thải.
Gregor pensait qu'il serait plus judicieux de le laisser tranquille désormais.
Gregor cảm thấy lúc này nên để anh ta ở một mình thì hợp lý hơn.
Le déranger en pleurant et en parlant n'a pas beaucoup aidé.
Việc làm phiền anh ấy bằng cách khóc lóc và nói chuyện chẳng mang lại kết quả gì.
Mais c'était l'incertitude qui inquiétait les autres.
Nhưng chính sự không chắc chắn đó mới là điều khiến những người khác lo lắng.
Et c'est cette incertitude qui a excusé leur comportement.
Và chính sự không chắc chắn này đã biện minh cho hành vi của họ.
« Monsieur Samsa », appela le directeur d'une voix forte.
"Ông Samsa," người quản lý lớn tiếng gọi.
« Qu'est-ce qui se passe avec toi ? » a-t-il voulu savoir.
"Cậu đang gặp chuyện gì vậy?" anh ta muốn biết.
« Tu t'es barricadé dans ta chambre. »
"Bạn đã tự nhốt mình trong phòng."
«Vous ne pouvez répondre que par «oui» ou «non».»
"Bạn chỉ có thể trả lời bằng 'có' hoặc 'không'."
«Vous causez de sérieux soucis à vos parents.»
"Con đang khiến bố mẹ con rất lo lắng."
« Je ne vois pas de bonne raison de les inquiéter. »
"Tôi không thấy lý do chính đáng nào khiến bạn phải lo lắng cả."
« Il y a une autre chose que je mentionnerai en passant. »
"Còn một điều nữa tôi muốn đề cập đến nhân tiện."
«Vous négligez également vos obligations professionnelles envers nous.»
"Bạn cũng đang sao nhãng trách nhiệm kinh doanh của mình đối với chúng tôi."
« Une telle irresponsabilité ne vous ressemble pas du tout. »
"Thái độ vô trách nhiệm như vậy hoàn toàn không phù hợp với tính cách của bạn."

« Je parle ici au nom de vos parents et de votre patron. »
"Tôi phát biểu ở đây thay mặt cho bố mẹ và cấp trên của bạn."
« Et je vous demande une explication immédiate et claire. »
"Và tôi yêu cầu ông đưa ra lời giải thích rõ ràng và ngay lập tức."
« Je dois dire que tout cela m'étonne vraiment. »
"Phải nói rằng toàn bộ sự việc này thực sự khiến tôi kinh ngạc."
« Je pensais vous connaître comme une personne calme et raisonnable. »
"Tôi cứ tưởng mình biết anh là một người điềm tĩnh và biết suy xét."
« Mais maintenant, tu nous montres une autre facette de toi. »
"Nhưng giờ đây bạn đang cho chúng tôi thấy một khía cạnh khác của bạn."
«Vous faites soudain preuve de vos caprices très particuliers.»
"Đột nhiên bạn lại thể hiện những sở thích rất kỳ quặc của mình."
« Mais il pourrait y avoir une explication à votre échec. »
"Nhưng có thể có một lời giải thích cho thất bại của bạn."
« Le patron a mentionné une dette que vous aviez recouvrée pour nous. »
"Ông chủ có nhắc đến khoản nợ mà anh đã thu hồi giúp chúng tôi."
« J'ai donné ma parole d'honneur au patron en votre nom. »
"Tôi đã thay mặt bạn và hứa với sếp bằng lời hứa danh dự của mình."
« Mais maintenant je vois votre obstination incompréhensible. »
"Nhưng giờ tôi đã hiểu sự bướng bỉnh khó hiểu của anh."
« Je pourrais encore perdre toute envie de vous aider. »
"Tôi có thể sẽ mất hết động lực muốn giúp đỡ bạn."
«Votre sécurité d'emploi n'est en aucun cas totalement stable.»
"Công việc của bạn không hề đảm bảo an toàn tuyệt đối."

« À l'origine, je comptais vous dire tout cela en privé. »
"Ban đầu tôi định kể cho anh/chị nghe chuyện này riêng."
« Mais maintenant je vois que vous voulez que je perde mon temps ici. »
"Nhưng giờ tôi thấy anh muốn tôi phí thời gian ở đây."
«Je ne vois donc aucune raison pour que vos parents ne le sachent pas.»
"Vậy nên tôi thấy không có lý do gì mà bố mẹ bạn lại không nên biết cả."
«Vos récentes performances n'ont pas été satisfaisantes.»
"Kết quả làm việc gần đây của bạn không đạt yêu cầu."
« Je reconnais que les ventes sont plus lentes à cette période de l'année. »
"Tôi thừa nhận rằng doanh số bán hàng thường chậm hơn vào thời điểm này trong năm."
« Mais il n'y a pas de période de l'année où il n'y a pas de ventes. »
"Nhưng không có thời điểm nào trong năm mà không có chương trình giảm giá."
Pendant un instant, Gregor oublia tout ce qui l'entourait.
Trong khoảnh khắc đó, Gregor quên hết mọi thứ xung quanh.
« Mais Monsieur Prokurist ! » s'écria Gregor, désespéré.
"Nhưng thưa ông Prokurist," Gregor kêu lên trong tuyệt vọng.
« J'ouvre la porte tout de suite, maintenant, ne vous inquiétez pas. »
"Tôi sẽ mở cửa ngay lập tức, ngay bây giờ, đừng lo."
«Le problème, c'est que je ne me sens pas très bien.»
"Vấn đề là dạo này tôi cảm thấy không được khỏe."
« Mes vertiges m'ont empêché d'atteindre la porte. »
"Tôi bị chóng mặt nên không thể ra đến cửa."
« Je suis encore au lit, mais je me sens beaucoup mieux. »
"Tôi vẫn đang nằm trên giường, nhưng tôi cảm thấy khỏe hơn nhiều rồi."
«Un instant, s'il vous plaît, je viens de me lever.»
"Xin chờ một chút, tôi vừa mới ra khỏi giường."
« Un instant de patience, c'est tout ce que je vous demande, Monsieur Prokurist. »

"Tôi chỉ xin ông Prokurist một chút kiên nhẫn thôi."

« Ça ne se passe pas aussi bien que je le pensais, mais ça ira.
»

"Mọi chuyện không diễn ra suôn sẻ như tôi nghĩ, nhưng tôi sẽ
ổn thôi."

« Comment une telle chose peut-elle arriver à une personne
aussi rapidement ? »

"Sao chuyện như vậy lại có thể xảy ra với một người nhanh
đến thế?"

« Je me sentais bien hier soir, mes parents le savent. »

"Tối qua tôi vẫn khỏe, bố mẹ tôi cũng biết điều đó."

« Mais peut-être avais-je déjà un petit pressentiment à ce
moment-là. »

"Nhưng có lẽ lúc đó tôi đã có linh cảm phần nào rồi."

«Vous pourriez vous demander pourquoi je ne l'ai pas
signalé au bureau.»

"Bạn có thể hỏi tại sao tôi không báo cáo việc này ở văn
phòng."

« Je pensais que je me sentirais beaucoup mieux demain
matin. »

"Tôi nghĩ mình sẽ cảm thấy khỏe hơn vào sáng mai."

« On pense toujours qu'ils auront vaincu la maladie d'ici là.
»

"Ai cũng nghĩ rằng đến lúc đó mình sẽ khỏi bệnh."

« Mais je vous en prie ! Épargnez mes parents de ces
accusations ! »

"Nhưng làm ơn! Xin đừng buộc tội bố mẹ tôi!"

« On ne m'a pas dit un mot de ce que vous m'avez dit. »

"Tôi hoàn toàn không được biết gì về những điều anh đã kể
cho tôi."

« Il se peut que vous n'ayez pas lu les dernières commandes
que j'ai envoyées. »

"Có thể bạn chưa đọc những mệnh lệnh cuối cùng tôi gửi đi."

« Au fait, vous n'avez pas à vous inquiéter pour moi
aujourd'hui. »

"Nhân tiện, hôm nay bạn không cần phải lo lắng cho tôi đâu."

«Je vais quand même prendre le train de huit heures.»

"Tôi vẫn sẽ đi chuyến tàu lúc tám giờ."

« Ces quelques heures de repos m'ont suffisamment revigoré. »

"Vài giờ nghỉ ngơi đã giúp tôi hồi phục sức khỏe đủ."

« Vous n'avez vraiment pas besoin d'attendre, manager. »

"Quản lý ơi, anh không cần phải đợi đâu."

« Moi aussi, je serai bientôt au bureau. »

"Tôi cũng sẽ sớm có mặt tại văn phòng."

« Et s'il vous plaît, ayez la gentillesse de dire un mot en ma faveur. »

"Và xin vui lòng nói giúp tôi vài lời tốt đẹp."

Gregor avait donné son explication assez précipitamment.

Gregor đã giải thích một cách khá vội vàng.

Il ne savait pas vraiment ce qu'il essayait de dire.

Anh ta hầu như không biết mình thực sự muốn nói điều gì.

Il s'est approché de la boîte et a essayé de s'en servir pour se lever.

Anh ta tiến đến chiếc hộp và cố gắng dùng nó để đứng dậy.

Il avait vraiment l'intention d'ouvrir la porte.

Anh ấy thực sự có ý định mở cửa.

Il souhaitait être reçu par le représentant autorisé.

Ông ấy muốn được gặp người đại diện có thẩm quyền.

Et il voulait régler le problème avec lui personnellement.

Và ông ấy muốn trực tiếp giải quyết vấn đề với người đó.

Il était impatient de savoir comment les autres réagiraient à son égard.

Anh ta rất muốn biết những người khác sẽ phản ứng thế nào với mình.

Ils doivent maintenant être impatients de savoir comment il va.

Chắc hẳn giờ đây họ cũng đang rất muốn biết tình hình của anh ấy thế nào.

Il y avait deux façons possibles dont ils pouvaient réagir face à lui.

Có hai cách mà họ có thể phản ứng với anh ta.

Une possibilité était qu'ils aient peur.

Một khả năng là họ sẽ sợ hãi.

S'ils avaient peur, alors il n'en était pas responsable.

Nếu họ sợ hãi thì anh ta không có trách nhiệm gì.

Et alors, il n'aurait plus à s'inquiéter de la situation.

Và như vậy anh ấy sẽ không cần phải lo lắng về tình hình nữa.

Mais il y avait aussi une autre possibilité à envisager.

Nhưng cũng có một khả năng khác cần xem xét.

Peut-être accepteraient-ils sereinement sa personnalité.

Có lẽ họ sẽ bình tĩnh chấp nhận con người anh ấy.

Gregor n'aurait alors aucune raison de se fâcher non plus.

Khi đó Gregor cũng sẽ không có lý do gì để tức giận.

Il y aurait encore assez de temps pour prendre le train.

Vẫn còn đủ thời gian để bắt chuyến tàu.

Cependant, se tenir debout n'était pas une tâche facile.

Tuy nhiên, đứng thẳng người không phải là một việc dễ dàng.

Lors de ses premières tentatives, il a glissé hors de la boîte.

Trong vài lần thử đầu tiên, anh ta đã trượt khỏi chiếc hộp.

La boîte était trop lisse pour qu'il puisse s'y appuyer.

Chiếc hộp quá trơn nhẵn nên anh ta không thể dựa vào được.

Et finalement, il se donna un dernier effort pour se relever.

Và cuối cùng, anh ấy tự mình gắng sức lần cuối để đứng dậy.

Il ne prêta plus attention à la douleur qu'il ressentait à l'abdomen.

Anh ta không còn để ý đến cơn đau ở bụng nữa.

Peu importe l'intensité de la douleur, il la surmonterait.

Dù đau đớn đến mấy, anh ấy cũng sẽ vượt qua.

Il se laissa tomber contre le dossier d'une chaise voisine.

Anh ta thả mình dựa vào lưng chiếc ghế gần đó.

Et il s'accrochait aux bords avec ses petites jambes.

Và cậu bé bám vào mép bằng đôi chân nhỏ xíu của mình.

À ce stade, il avait repris le contrôle de lui-même.

Lúc này, anh ta đã kiểm soát được bản thân tốt hơn.

Et sa chute fut plus silencieuse que la précédente.

Và sự sụp đổ của ông ta diễn ra lặng lẽ hơn lần trước.

Parce qu'il devait écouter ce que disait le manager.

Vì anh ta phải nghe theo lời người quản lý.

« Avez-vous compris quelque chose à tout cela ? » demanda-t-il aux parents.

"Các bậc phụ huynh có hiểu gì trong số đó không?" anh ta hỏi.

« Il ne se moquerait pas de nous, n'est-ce pas ? »

"Anh ấy sẽ không biến chúng ta thành trò cười, phải không?"

« Pour l'amour de Dieu ! » s'écria la mère, déjà en larmes.

"Vì Chúa!" người mẹ vừa khóc vừa kêu lên.

« Il est peut-être gravement malade et nous le tourmentons. »

"Có thể anh ấy đang bị bệnh nặng và chúng ta đang hành hạ anh ấy."

« Grete ! Grete ! » cria-t-elle à sa fille.

"Grete! Grete!" bà hét lên với con gái.

« Maman ? » appela la sœur de l'autre côté.

"Mẹ ơi?" người chị gọi từ phía bên kia.

Ils ont ensuite communiqué par l'intermédiaire de la chambre de Gregor.

Sau đó, họ liên lạc với nhau thông qua phòng của Gregor.

« Gregor est très malade et il a besoin de médicaments. »

"Gregor đang rất ốm và cần phải uống thuốc."

«Vous devrez aller chez le médecin immédiatement.»

"Bạn phải đến gặp bác sĩ ngay lập tức."

« Tu as entendu comment Gregor parlait tout à l'heure ? »

"Cậu có nghe cách Gregor nói chuyện lúc nãy không?"

« C'était la voix d'un animal », a déclaré le gérant.

"Đó là tiếng của một con vật," người quản lý nói.

Ses paroles étaient douces comparées aux cris de la mère.

Lời nói của anh ta nhỏ nhẹ hơn nhiều so với tiếng hét của người mẹ.

« Anna ! Anna ! » appela le père depuis l'antichambre.

"Anna! Anna!" người cha gọi vọng qua phòng chờ.

Et il a claqué des mains pour attirer leur attention.

Và ông vỗ tay để thu hút sự chú ý của họ.

« Appelez immédiatement un serrurier ! » ordonna-t-il à la bonne.

"Gọi ngay thợ khóa!" ông ta ra lệnh cho người hầu gái.

Les filles, en jupes, traversèrent l'antichambre en courant.

Các cô gái, trong những chiếc váy ngắn, chạy vụt qua tiền sảnh.

Et leurs jupes bruissaient lorsqu'elles passèrent en courant devant sa chambre.

Và váy của họ sột soạt khi họ chạy ngang qua phòng anh ta.

« Comment sa sœur a-t-elle fait pour s'habiller si vite ? » se demanda-t-il.

"Sao cô em gái lại thay đồ nhanh thế?" anh ta nghĩ.

La porte a été arrachée, mais elle n'a pas été claquée.

Cánh cửa bị giật tung ra, nhưng không bị đóng sầm lại.

C'est fréquent dans les maisons où survient un grand malheur.

Điều này thường xảy ra ở những gia đình gặp phải tai họa lớn.

Mais tout cela avait considérablement apaisé Gregor.

Nhưng tất cả những điều này đã khiến Gregor trở nên bình tĩnh hơn nhiều.

Quand il entendait ses propres paroles, elles lui paraissaient claires.

Khi nghe lại chính những lời mình nói, anh ta thấy chúng thật rõ ràng.

En fait, il estimait que ses paroles avaient été plus claires.

Thực tế, ông cảm thấy lời nói của mình đã rõ ràng hơn.

Mais les autres ne comprenaient plus ce qu'il disait.

Nhưng những người khác không còn hiểu những gì anh ta đang nói nữa.

Peut-être s'était-il habitué à ses oreilles à ce moment-là.

Có lẽ đến lúc này anh ta đã quen với đôi tai của mình rồi.

Mais au moins, ils comprenaient maintenant mieux sa situation.

Nhưng ít nhất giờ họ đã hiểu rõ hơn tình cảnh của anh ấy.

Ils se sont rendu compte qu'il y avait vraiment quelque chose qui n'allait pas chez lui.

Họ nhận ra rằng thực sự có điều gì đó không ổn với anh ta.

Et ils faisaient maintenant tout leur possible pour l'aider.

Và lúc đó họ đang làm tất cả những gì có thể để giúp đỡ anh ấy.

Cela redonna à Gregor un sentiment de confiance qui lui manquait.

Điều này mang lại cho Gregor cảm giác tự tin mà anh ấy đã thiếu bấy lâu nay.

Et il se sentait de nouveau beaucoup plus en sécurité au sein de sa famille.

Và anh ấy lại cảm thấy an toàn hơn nhiều khi ở trong gia đình.

Il avait le sentiment d'être à nouveau intégré au cercle humain.

Ông cảm thấy mình lại được hòa nhập vào vòng tròn nhân loại.

Il ne lui restait plus qu'à espérer que le serrurier puisse ouvrir la porte.

Giờ anh ta chỉ còn biết hy vọng người thợ khóa có thể mở được cửa.

Et il espérait que le médecin serait capable d'accomplir de telles tâches.

Và ông hy vọng vị bác sĩ có thể thực hiện được những nhiệm vụ đó.

Il allait bientôt devoir reprendre la parole.

Sớm muộn gì anh ta cũng sẽ phải nói chuyện nhiều hơn nữa.

Il allait falloir que sa voix soit aussi claire que possible.

Giọng nói của anh ta phải thật rõ ràng.

Pour se préparer à la réunion, il s'éclaircit la gorge.

Để chuẩn bị cho cuộc họp, anh ta hắng giọng.

Il s'efforçait toutefois de tousser très discrètement.

Tuy nhiên, ông ấy cố gắng hết sức để ho thật khẽ.

Ce bruit pouvait être différent d'une toux humaine.

Âm thanh đó có thể khác với tiếng ho của con người.

Il savait qu'il ne pouvait plus faire la différence entre de telles choses.

Ông biết rằng mình không còn phân biệt được những điều đó nữa.

Dans la pièce voisine, le silence était total.

Ở phòng bên cạnh, mọi thứ bỗng trở nên hoàn toàn yên tĩnh.

Les parents étaient probablement assis à table.

Có lẽ bố mẹ đang ngồi ở bàn ăn.

Ils chuchotaient peut-être avec le gérant.

Có thể họ đã thì thầm với người quản lý.

Peut-être que tout le monde était appuyé contre la porte et écoutait.

Có lẽ mọi người đều đang dựa vào cửa và lắng nghe.

Gregor poussa lentement la chaise vers la porte.

Gregor từ từ đẩy chiếc ghế về phía cửa.

Il s'appuya contre la porte et se tint droit.

Anh ta đẩy mạnh cánh cửa và giữ thăng bằng.

Il a découvert que la plante de ses pieds était légèrement collée.

Anh ấy phát hiện ra rằng lòng bàn chân mình có một chút chất keo.

Et il se reposa là un instant, épuisé.

Và ông nghỉ ngơi ở đó một lát để lấy lại sức.

Après s'être suffisamment reposé, il s'attela à la tâche suivante.

Sau khi nghỉ ngơi đủ, anh ấy bắt đầu công việc tiếp theo.

Il commença à tourner la clé dans la serrure avec sa bouche.

Anh ta bắt đầu dùng miệng xoay chìa khóa trong ổ khóa.

Malheureusement, il semblait qu'il n'avait pas de dents.

Thật không may, dường như anh ta không có răng thật.

Mais quel autre moyen avait-il pour s'emparer des clés ?

Nhưng hắn còn cách nào khác để lấy được chìa khóa?

Heureusement pour lui, ses mâchoires étaient bien sûr très fortes.

May mắn thay, hàm của anh ta rất khỏe.

Grâce à la force de ses mâchoires, il a vraiment réussi à faire bouger la clé.

Nhờ hàm răng sắc nhọn, anh ta đã xoay được chiếc chìa khóa.

Il ne doutait pas qu'il se faisait du mal à lui-même également.

Anh ta không hề nghi ngờ rằng mình cũng đang tự gây hại cho chính mình.

Parce qu'un liquide brunâtre sortait de sa bouche.

Vì có chất lỏng màu nâu chảy ra từ miệng anh ta.

Le liquide brunâtre a coulé sur la clé et le long de la porte.

Chất lỏng màu nâu chảy tràn qua chìa khóa và xuống cánh cửa.

Mais Gregor ne se souciait pas de se faire du mal.

Nhưng Gregor không quan tâm đến việc mình đang tự làm hại bản thân.

« Vous entendez ça ? » demanda le gérant dans la pièce voisine.

"Anh có nghe thấy không?" người quản lý ở phòng bên cạnh hỏi.

« Il tourne la clé », avait remarqué le gérant.

"Anh ta đang vặn chìa khóa," người quản lý nhận thấy.

Ces paroles furent un grand encouragement pour Gregor.

Những lời này là nguồn động viên lớn lao đối với Gregor.

Mais le père et la mère auraient également dû crier :

Nhưng cha mẹ cũng nên lên tiếng:

« Bien joué, Gregor ! » auraient-ils dû lui crier.

"Tốt lắm, Gregor," lẽ ra họ nên hét lên với cậu ấy.

«Continue, continue de tourner la clé, tu peux le faire.»

"Cứ tiếp tục, cứ vặn chìa khóa, bạn làm được mà."

Mais Gregor dut plutôt imaginer leur enthousiasme.

Nhưng thay vào đó, Gregor phải tưởng tượng ra sự phấn khích của họ.

Il serra les mâchoires de toutes ses forces.

Anh ta nghiến chặt hàm bằng tất cả sức lực mình có.

Et il continua à tourner la clé dans la serrure.

Và anh ta tiếp tục xoay chìa khóa trong ổ khóa.

Son corps se tordit douloureusement en un cercle.

Thân thể anh ta quằn quại đau đớn thành một vòng tròn.

Il ne tenait plus debout qu'avec sa bouche.

Lúc này, anh ta chỉ có thể giữ thăng bằng bằng miệng.

Pour continuer à tourner la clé, il appuya contre la porte.

Anh ta ấn mạnh chìa khóa vào cửa để tiếp tục vặn.

Finalement, le claquement de la serrure réveilla de nouveau Gregor.

Cuối cùng, tiếng khóa cửa bật ra đã đánh thức Gregor dậy.

« Je n'avais donc pas besoin du serrurier », soupira-t-il de soulagement.

"Vậy là tôi không cần gọi thợ khóa nữa," anh thở phào nhẹ nhõm.

Il ne lui restait plus qu'à ouvrir la porte qu'il avait déverrouillée.

Giờ anh ta chỉ cần mở cánh cửa mà anh ta đã mở khóa.

Et, la tête sur la poignée, il ouvrit la porte.

Và anh ta tựa đầu vào tay nắm cửa rồi mở cửa ra.

Il se trouvait derrière la porte qui donnait sur sa chambre.

Anh ta đứng sau cánh cửa dẫn vào phòng mình.

La porte était donc déjà ouverte avant même qu'on puisse le voir.

Vậy là cánh cửa đã mở sẵn trước khi người ta kịp nhìn thấy anh ta.

Il lui fallait ensuite se faufiler autour de la porte elle-même.

Tiếp theo, anh ta phải khéo léo luồn lách qua cánh cửa.

Ce mouvement difficile a également nécessité beaucoup d'efforts.

Động tác khó khăn này cũng đòi hỏi rất nhiều nỗ lực.

Il ne voulait pas tomber maladroitement dans la pièce voisine.

Anh ta không muốn ngã một cách vụng về sang phòng bên cạnh.

Il n'avait donc pas le temps de prêter attention à quoi que ce soit d'autre.

Vì vậy, anh ta không có thời gian để chú ý đến bất cứ điều gì khác.

Mais il entendit alors le chef de bureau s'exclamer bruyamment : « Oh ! »

Nhưng rồi ông nghe thấy viên thư ký trưởng thốt lên một tiếng "Ồ!" thật lớn.

On aurait dit que le vent soufflait en rafales dans la maison.

Nghe như tiếng gió đang ào ào thổi qua nhà.

Il se trouvait être celui qui était le plus proche de la porte.

Anh ta tình cờ là người đứng gần cửa nhất.

Et maintenant, en le voyant, il porta sa main à sa bouche.

Và giờ, khi nhìn thấy anh ta, anh ta liền lấy tay che miệng.

Il recula lentement, s'éloignant de Gregor.

Anh ta từ từ lùi lại, tránh xa Gregor.

Mais c'était comme si une force invisible agissait sur lui.

Nhưng dường như có một sức mạnh vô hình đang tác động lên anh ta.

La première chose que fit la mère fut de regarder le père.
Việc đầu tiên người mẹ làm là nhìn người cha.

Malgré la présence du gérant, ses cheveux étaient en désordre.
Mặc dù có sự hiện diện của người quản lý, tóc cô ấy vẫn rối bù.

Elle déplia les bras et fit deux pas en avant.
Cô buông tay ra và bước hai bước về phía trước.

Mais elle s'est effondrée au milieu de sa jupe.
Nhưng rồi cô ấy gục xuống giữa chừng, váy áo rối bời.

Sa robe s'est étalée tout autour d'elle sur le sol.
Chiếc váy của cô trải rộng ra khắp sàn nhà.

Et sa tête disparut sur sa poitrine.
Và đầu cô ấy chìm xuống ngực mình.

Le père serra le poing avec une expression hostile.
Người cha siết chặt nắm tay với vẻ mặt đầy thù địch.

Il semblait vouloir que Gregor soit renvoyé dans sa chambre.
Hắn ta có vẻ muốn đẩy Gregor trở lại phòng của mình.

Il jeta ensuite un regard incertain autour du salon.
Sau đó, anh ta nhìn quanh phòng khách với vẻ không chắc chắn.

Et finalement, il se couvrit les yeux entre ses mains.
Và cuối cùng, ông lấy tay che mắt lại.

Et il pleura amèrement jusqu'à ce que sa poitrine puissante tremble.
Và ông khóc nức nở cho đến khi lồng ngực vạm vỡ của ông rung lên.

Gregor n'est en réalité pas entré dans leur chambre.
Thực tế thì Gregor hoàn toàn không vào phòng họ.

Au lieu de cela, il s'appuya contre le cadre de la porte.
Thay vào đó, anh ta tựa người vào khung cửa.

Seule la moitié de son corps était visible de l'extérieur.
Chỉ có một nửa thân thể của anh ta là có thể nhìn thấy được đối với những người bên ngoài.

Et sur son corps reposait sa tête, inclinée sur le côté.

Và trên thân thể ông ta là cái đầu, nghiêng sang một bên.

La lumière était désormais devenue beaucoup plus vive qu'auparavant.

Lúc này ánh sáng đã trở nên rực rỡ hơn nhiều so với trước.

On pouvait désormais voir clairement l'autre côté de la rue.

Giờ đây, người ta có thể nhìn rõ phía bên kia đường.

Une partie de l'hôpital gris et interminable se dévoila.

Một phần của bệnh viện xám xịt, trải dài vô tận hiện ra.

La pluie matinale n'avait pas encore complètement cessé de tomber.

Cơn mưa sáng vẫn chưa dứt hẳn.

Mais maintenant, les gouttes de pluie étaient plus grosses et plus espacées.

Nhưng giờ đây những giọt mưa đã lớn hơn và cách xa nhau hơn.

Les plats du petit-déjeuner étaient disposés en abondance sur la table.

Các món ăn sáng được bày biện đầy ắp trên bàn.

Le père considérait le petit-déjeuner comme le repas le plus important.

Người cha cho rằng bữa sáng là bữa ăn quan trọng nhất.

Le petit-déjeuner était un repas qu'il s'éternisait pendant des heures.

Bữa sáng là một bữa ăn mà anh ấy thường kéo dài hàng giờ liền.

Et pendant ces heures, il lisait les différents journaux.

Và trong những giờ đó, ông đọc nhiều tờ báo khác nhau.

Juste en face, sur le mur, était accrochée une photo de Gregor.

Ngay trên bức tường đối diện treo một bức ảnh của Gregor.

La photographie accrochée au mur le montrait en lieutenant.

Bức ảnh trên tường cho thấy ông ấy đang giữ chức trung úy.

C'était une photo de l'époque où il était dans l'armée.

Đó là bức ảnh chụp trong thời gian ông ấy phục vụ trong quân đội.

Sa main était posée sur son épée, et il arborait un sourire insouciant.

Tay anh ta đặt trên thanh kiếm, và anh ta nở một nụ cười vô tư.

Sa posture et son uniforme imposaient un certain respect.

Dáng vẻ và bộ đồng phục của ông ấy toát lên một vẻ kính trọng nhất định.

L'autre porte qui menait à l'antichambre était également ouverte.

Cánh cửa còn lại dẫn vào phòng chờ cũng đang mở.

Et la porte de l'appartement était encore ouverte elle aussi.

Và cánh cửa vào căn hộ vẫn còn mở.

On pouvait voir jusqu'à la cour de l'immeuble.

Từ đây có thể nhìn thấy tận sân trước của khu chung cư.

Puis les escaliers descendaient sur la rue en contrebas.

Và rồi cầu thang dẫn xuống con phố bên dưới.

Gregor était le seul à avoir gardé son sang-froid.

Gregor là người duy nhất giữ được bình tĩnh.

Il a constaté cela, la conversation était donc de sa responsabilité.

Anh ấy đã chứng kiến điều này, vì vậy cuộc trò chuyện là trách nhiệm của anh ấy.

« Bon, je vais m'habiller pour le travail maintenant », dit-il.

"Giờ tôi sẽ thay đồ đi làm," anh ấy nói.

« Une fois que j'aurai emballé les échantillons de tissu, je partirai. »

"Sau khi đóng gói xong các mẫu vải, tôi sẽ rời đi."

«Vous comptez toujours me tirer dessus, Monsieur Prokurist ?»

"Ông vẫn định sa thải tôi sao, thưa ông công tố viên?"

« Comme vous pouvez le constater, je ne suis pas aussi têtue que vous le pensiez. »

"Như bạn thấy đấy, tôi không cứng đầu như bạn tưởng."

« Et vous pouvez constater que j'aime bien travailler, après tout. »

"Và bạn có thể thấy rằng cuối cùng thì tôi vẫn thích làm việc."

« Je peux admettre que voyager pour le travail n'est pas facile. »

"Tôi phải thừa nhận rằng việc đi công tác không hề dễ dàng."

« Mais je peux aussi accepter que cela fasse partie de mon travail. »

"Nhưng tôi cũng có thể chấp nhận rằng đó là một phần công việc của mình."

« Chef de projet, où allez-vous ? Retournez-vous au bureau ? »

"Quản lý ơi, anh đi đâu vậy? Về văn phòng à?"

« Allez-vous rapporter fidèlement tout ce que vous avez vu ? »

"Bạn sẽ tường thuật lại một cách trung thực tất cả những gì bạn đã thấy chứ?"

«Il arrive parfois qu'on soit dans l'incapacité d'aller travailler.»

"Đôi khi, người ta không thể đi làm được."

« C'est le moment idéal pour se souvenir des succès passés. »

"Đây là thời điểm thích hợp để nhớ lại những thành tựu trong quá khứ."

« Une fois la difficulté surmontée, on travaille encore mieux. »

"Sau khi loại bỏ khó khăn, người ta sẽ làm việc hiệu quả hơn."

« Ma diligence et ma concentration vont augmenter. »

"Sự siêng năng và khả năng tập trung của tôi sẽ được nâng cao."

«Vous savez très bien que je suis redevable envers le patron.»

"Anh biết rất rõ là tôi mang ơn sếp."

« Mais je suis aussi inquiète pour mes parents et ma sœur. »

"Nhưng tôi cũng lo lắng cho bố mẹ và em gái mình."

« Je suis dans une situation délicate, mais je vais m'en sortir. »

"Tôi đang gặp khó khăn, nhưng tôi sẽ tìm cách vượt qua."

« Ne compliquez pas davantage les choses. »

"Đừng làm cho mọi việc khó khăn hơn nữa."

« En tant que collègues, nous devons aussi nous entraider. »

"Là đồng nghiệp, chúng ta cũng phải giúp đỡ lẫn nhau."
« Je sais que les employés de bureau n'aiment pas les voyageurs. »
"Tôi biết các nhân viên văn phòng không thích khách du lịch."
«Vous croyez qu'on gagne des fortunes et qu'on mène une vie confortable.»
"Bạn nghĩ chúng tôi kiếm được rất nhiều tiền và sống cuộc sống sung túc sao?"
« Ils n'ont aucune raison valable de tenir compte de leurs préjugés. »
"Họ không có lý do thực sự nào để cân nhắc đến định kiến của mình."
« Mais vous, agent habilité, votre rôle est différent. »
"Nhưng với tư cách là sĩ quan có thẩm quyền, anh/chị có vai trò khác."
«Vous avez une meilleure vue d'ensemble que les autres membres du personnel.»
"Bạn có cái nhìn tổng quan tốt hơn các nhân viên khác."
« En fait, je pense que vous avez peut-être la meilleure vue d'ensemble. »
"Thực ra tôi nghĩ bạn có cái nhìn tổng quan tốt nhất."
«Vous avez une meilleure vision d'ensemble que le patron lui-même.»
"Bạn nắm rõ tình hình hơn cả sếp."
« J'admets que c'est le patron qui fait le travail d'entrepreneur. »
"Tôi thừa nhận sếp là người trực tiếp điều hành công việc kinh doanh."
« Mais il est facile de se tromper dans ses jugements. »
"Nhưng phán đoán của ông ấy rất dễ bị sai lệch."
« Et ces petites erreurs de jugement peuvent nous être préjudiciables. »
"Và những sai sót nhỏ trong phán đoán này có thể gây bất lợi cho chúng ta."
«Vous savez combien il est facile de parler du voyageur.»
"Bạn biết đấy, nói về người đi du lịch thì dễ lắm."

« Il n'est pas là pour défendre sa réputation contre les rumeurs. »

"Anh ấy không có mặt ở đó để bảo vệ danh tiếng của mình khỏi những lời đồn thổi."

« Ces accusations peuvent très bien n'être que des coïncidences. »

"Những lời buộc tội này rất có thể chỉ là sự trùng hợp ngẫu nhiên."

« Nombre de ces plaintes ne reposent même sur aucune vérité. »

"Nhiều lời phàn nàn thậm chí không dựa trên bất kỳ sự thật nào."

«Il est absent du bureau pendant presque toute l'année.»

"Ông ấy hầu như vắng mặt ở văn phòng cả năm."

«Quelles chances a-t-il de défendre sa propre réputation ?»

"Anh ta có cơ hội nào để bảo vệ danh tiếng của mình chứ?"

«Il n'a même pas connaissance des accusations.»

"Ông ta thậm chí còn không được nghe về những lời buộc tội."

«Il découvre ce qui a été dit lorsqu'il est trop tard.»

"Anh ta chỉ biết được những gì đã được nói khi đã quá muộn."

« À ce stade, il est épuisé par le voyage de la journée. »

"Đến lúc đó, anh ấy đã kiệt sức sau một ngày dài di chuyển."

« Il devra de toute façon en subir les terribles conséquences. »

"Dù sao thì anh ta cũng phải gánh chịu những hậu quả khủng khiếp đó."

« Même s'il n'a aucun moyen de comprendre le problème. »

"Mặc dù anh ta không có cách nào để hiểu được vấn đề."

« Oh, manager, ne partez pas sans me dire un mot. »

"Thưa quản lý, đừng rời đi mà không nói lời nào với tôi nhé."

«Dites-moi au moins que vous êtes d'accord avec moi en partie.»

"Ít nhất hãy nói rằng bạn đồng ý với tôi một phần."

Mais le directeur s'était détourné de Gregor bien plus tôt.

Nhưng người quản lý đã quay lưng với Gregor từ rất lâu trước đó.

Son épaule tressaillit lorsqu'il se retourna vers Gregor.

Vai anh ta giật nhẹ khi quay lại nhìn Gregor.

Et il n'est pas resté immobile une seule fois pendant tout son discours.

Và ông ấy không hề đứng yên một giây nào trong suốt bài phát biểu.

Il se retournait vers Gregor, les lèvres pincées.

Anh ta ngoảnh lại nhìn Gregor với đôi môi mím chặt.

Il reculait progressivement vers la porte.

Ông ta đã từ từ lùi về phía cửa.

Mais il ne pouvait pas non plus détacher son regard de Gregor.

Nhưng anh ta cũng không thể rời mắt khỏi Gregor.

Il avait l'impression qu'il lui était secrètement interdit de quitter la pièce.

Anh ta cảm thấy như có một lệnh cấm ngầm ngăn cản việc rời khỏi phòng.

Mais à ce stade, il se trouvait déjà dans le hall d'entrée.

Nhưng đến lúc này, ông ta đã ở trong sảnh chính rồi.

Et soudain, il fit un mouvement vers la sortie.

Và lúc này, anh ta đột ngột tiến về phía lối ra.

Il tendit la main droite vers les escaliers.

Anh ta vươn tay phải về phía cầu thang.

Peut-être qu'une force surnaturelle attendait pour le sauver.

Có lẽ một thế lực siêu nhiên nào đó đang chờ đợi để cứu anh ta.

Gregor savait qu'il ne pouvait pas le laisser partir comme ça.

Gregor biết mình không thể để cậu ấy ra đi như thế này.

Le manager ne doit pas revenir dans le même état d'esprit qu'avant.

Người quản lý không được quay lại với tâm trạng như lúc trước.

La sécurité de l'emploi de Gregor était fortement menacée.

Công việc của Gregor đang bị đe dọa nghiêm trọng.

Les parents ne comprenaient pas tout cela.

Cha mẹ không thể hiểu hết mọi chuyện.

Au fil des ans, ils s'étaient habitués à sa sécurité d'emploi.

Qua nhiều năm, họ đã quen với việc công việc của anh ấy không có bảo hiểm.

Et ils étaient convaincus qu'il avait ce poste à vie.

Và họ đã tin chắc rằng ông ấy sẽ giữ công việc đó suốt đời.

Au lieu de cela, ils s'étaient préoccupés d'autres soucis.

Thay vào đó, họ lại bận rộn với nhiều mối lo khác.

Mais ces préoccupations leur ont fait perdre toute prévoyance.

Nhưng những mối lo ngại này đã khiến họ mất hết tầm nhìn xa.

Gregor, cependant, n'avait pas perdu la clairvoyance de ses parents.

Tuy nhiên, Gregor vẫn không đánh mất tầm nhìn xa của người cha.

Il a fallu que quelqu'un arrête le représentant autorisé.

Ai đó đã phải ngăn cản người đại diện được ủy quyền.

Il allait devoir le calmer et le convaincre.

Anh ta sẽ phải trấn an và thuyết phục cậu ấy.

L'avenir de Gregor et de sa famille en dépendait !

Tương lai của Gregor và gia đình anh ấy phụ thuộc vào điều đó!

Si seulement sa sœur intelligente avait été là pour l'aider.

Giá mà người chị thông minh ấy có mặt ở đây để giúp đỡ.

Elle avait déjà pleuré alors que Gregor était encore dans sa chambre.

Cô ấy đã khóc khi Gregor vẫn còn ở trong phòng.

À ce moment-là, il était simplement allongé tranquillement sur le dos.

Lúc đó, anh ta chỉ nằm yên lặng trên lưng.

Elle connaissait déjà l'importance de la situation à ce moment-là.

Lúc đó, cô ấy đã nhận thức được tầm quan trọng của tình hình.

Le directeur était connu pour avoir un faible pour les femmes.

Người quản lý này nổi tiếng là có tình cảm đặc biệt dành cho phụ nữ.

Elle aurait facilement pu le persuader de rester plus longtemps.

Cô ấy hoàn toàn có thể thuyết phục anh ta ở lại lâu hơn.

Elle aurait fermé la porte et l'aurait fait rentrer.

Cô ấy sẽ đóng cửa lại và dẫn anh ta vào trong.

Mais malheureusement, sa sœur était partie chercher un médecin.

Nhưng không may là người chị đã đi tìm bác sĩ.

Gregor n'avait donc pas d'autre choix que de le faire lui-même.

Do đó, Gregor không còn lựa chọn nào khác ngoài tự mình làm điều đó.

Il n'avait pas réfléchi à quelles étaient réellement ses capacités.

Anh ta chưa từng nghĩ đến khả năng thực sự của mình là gì.

Et il avait oublié de se méfier de sa capacité à parler.

Và anh ta đã quên mất việc nghi ngờ khả năng nói năng của mình.

Mais il a néanmoins quitté la sécurité de sa chambre.

Tuy vậy, anh ta vẫn rời khỏi sự an toàn của căn phòng mình.

Et il se faufila par l'ouverture de la pièce.

Và anh ta chen mình qua khe cửa phòng.

Le directeur était déjà en train de descendre les escaliers.

Người quản lý đã đang đi xuống cầu thang.

Mais il s'accrochait à la rambarde à deux mains.

Nhưng anh ta bám chặt vào lan can bằng cả hai tay.

Gregor tomba en se poussant à travers la porte.

Gregor ngã khi cố gắng chen qua cánh cửa.

Il laissa échapper un petit cri en cherchant un appui.

Anh ta khẽ hét lên khi với tay tìm điểm tựa.

Mais au lieu de paniquer, il a ressenti un bien-être physique.

Nhưng thay vì hoảng sợ, anh ấy lại cảm thấy khỏe khoắn về thể chất.

Pour la première fois ce matin-là, quelque chose semblait juste.

Lần đầu tiên sáng hôm đó, tôi cảm thấy mọi thứ đều ổn.

Il avait désormais toutes les jambes bien ancrées au sol.

Giờ đây, cả hai chân của anh ta đều đã chạm đất vững chắc.

Il était surpris de constater à quel point il contrôlait bien ses jambes.

Anh ấy ngạc nhiên vì khả năng điều khiển đôi chân của mình tốt đến vậy.

Il était heureux de constater que ses jambes lui obéissaient parfaitement.

Anh ta vui mừng nhận thấy đôi chân của mình hoàn toàn nghe lời.

En réalité, ses jambes le portaient partout où il le voulait.

Thực tế, đôi chân đã đưa anh ta đến bất cứ nơi nào anh ta muốn.

Bientôt, tous ses chagrins allaient prendre fin.

Chẳng bao lâu nữa, mọi nỗi buồn của anh ta sẽ chấm dứt.

Mais au même moment, sa propre mère se leva d'un bond.

Nhưng đúng lúc đó, mẹ anh ta bật dậy.

Ses bras étaient tendus et ses doigts écartés.

Hai cánh tay cô dang rộng, các ngón tay xòe ra.

Et elle s'est écriée : « Au secours ! Au nom de Dieu, que quelqu'un m'aide ! »

Và bà ấy kêu lên, "Cứu với, vì Chúa, ai đó hãy giúp tôi!"

Elle inclina la tête ; elle voulait mieux voir Gregor.

Cô nghiêng đầu; cô muốn nhìn Gregor rõ hơn.

Mais contrairement à sa première action, elle est revenue en courant.

Nhưng trái ngược với hành động đầu tiên, cô ấy đã chạy ngược trở lại.

Elle avait oublié que la table était mise derrière elle.

Cô ấy đã quên mất rằng bàn ăn đã được dọn sẵn phía sau lưng mình.

Tout ce qui était prévu pour le petit-déjeuner était encore sur la table.

Mọi thứ cho bữa sáng vẫn còn nguyên trên bàn.

Elle s'assit précipitamment sur la table, comme distraite.

Cô ấy vội vàng ngồi xuống bàn, vẻ mặt như đang mất tập trung.

Et elle n'a pas semblé remarquer le café renversé.

Và cô ấy dường như không để ý đến ly cà phê bị đổ.

Le café était maintenant en train d'imbiber la moquette.

Cà phê giờ đã ngấm vào thảm.

« Maman, maman », dit doucement Gregor en levant les yeux vers elle.

"Mẹ ơi, mẹ ơi," Gregor khẽ nói, ngước nhìn bà.

Pour le moment, le manager ne lui importait pas.

Hiện tại, người quản lý không quan trọng đối với anh ta.

Mais il y avait aussi le café qui coulait sur la moquette.

Nhưng ngoài ra còn có vết cà phê nhỏ giọt xuống thảm.

Gregor n'a pas pu s'empêcher de claquer des dents devant le café.

Gregor không thể cưỡng lại việc ngậm chặt hàm vào cốc cà phê.

La mère se remit à pleurer à cause de son comportement.

Người mẹ lại bắt đầu khóc vì hành vi của con trai.

Elle a sauté de la table pour prendre ses distances avec lui.

Cô nhảy khỏi bàn để tránh xa anh ta.

Et elle s'est réfugiée dans les bras de son père.

Và cô bé chạy vào vòng tay của người cha để tìm kiếm sự an toàn.

Mais Gregor n'avait plus de temps à consacrer à ses parents.

Nhưng lúc này Gregor không còn thời gian để dành cho cha mẹ mình nữa.

L'agent habilité se trouvait déjà dans l'escalier.

Viên chức có thẩm quyền đã có mặt trên cầu thang.

Il avait le menton appuyé sur la rambarde, pour regarder à l'intérieur de la maison.

Anh ta tựa cằm lên lan can để nhìn vào trong nhà.

Apparemment, il voulait jeter un dernier coup d'œil au spectacle.

Có vẻ như ông ta muốn ngắm nhìn cảnh tượng đó lần cuối.

Et Gregor fit un dernier effort pour joindre le directeur.

Và Gregor đã nỗ lực lần cuối để liên lạc với người quản lý.

Il courut vers la porte aussi prudemment qu'il le put.

Anh ta chạy về phía cửa một cách an toàn nhất có thể.

Mais le chef de bureau devait se douter de quelque chose.

Nhưng vị thư ký trưởng chắc hẳn đã nghi ngờ điều gì đó.

Parce qu'il a descendu quelques marches et a disparu.

Vì anh ta nhảy xuống vài bậc cầu thang rồi biến mất.

« Hein ! » s'écria Gregor, sa voix résonnant dans la cage d'escalier.

"Hừ!" Gregor hét lên, tiếng vang vọng khắp cầu thang.

La fuite du manager sembla également déconcerter son père.

Việc người quản lý bỏ trốn dường như cũng khiến cha anh ta bối rối.

Jusque-là, il était parvenu à garder son calme.

Cho đến lúc đó, anh ta vẫn giữ được vẻ bình tĩnh.

Mais malheureusement, lui aussi a perdu le sang-froid qu'il avait eu.

Nhưng thật không may, chính ông ta cũng đánh mất sự điềm tĩnh mà mình từng có.

Il aurait dû aider Gregor dans sa quête.

Điều đáng lẽ anh ta nên làm là giúp Gregor trong cuộc truy đuổi của anh ta.

Mais, d'une main, il saisit la canne du directeur.

Nhưng, ông ta đã chộp lấy cây gậy chống của người quản lý bằng một tay.

Et dans l'autre main, il tenait maintenant un journal.

Và tay kia thì đang cầm một tờ báo.

Et il entravait désormais directement Gregor dans sa poursuite.

Và giờ đây, hắn đã trực tiếp cản trở Gregor trong cuộc truy đuổi của anh ta.

Il s'était placé entre Gregor et la rue.

Anh ta đã đứng chắn giữa Gregor và con phố.

Il tapa du pied et agita le bâton et le journal.

Ông ta dậm chân, vẫy cây gậy và tờ báo.

Et il forçait activement Gregor à retourner dans sa chambre.

Và ông ta tích cực ép Gregor quay trở lại phòng.

Aucune des demandes formulées par Gregor n'a été utile.

Không một yêu cầu nào mà Gregor đưa ra có hiệu quả.

Parce qu'aucune de ses demandes n'a été comprise.

Vì không có yêu cầu nào của anh ấy được hiểu.

Il tourna la tête vers un angle plus profond et plus humble.

Ông quay đầu sang một góc sâu hơn, thể hiện vẻ khiêm nhường hơn.

Mais son père répondit en tapant du pied encore plus fort.

Nhưng cha anh đáp lại bằng cách dậm chân mạnh hơn nữa.

La mère ouvrit une fenêtre, malgré la fraîcheur ambiante.

Mặc dù thời tiết lạnh, người mẹ vẫn mở cửa sổ.

Et elle enfouit son visage dans ses mains froides.

Và cô úp mặt vào hai bàn tay trong cái lạnh.

Le vent pouvait désormais traverser tout l'appartement.

Giờ đây, gió có thể thổi xuyên suốt cả căn hộ.

Un fort courant d'air soufflait de l'escalier vers la ruelle.

Một luồng gió mạnh thổi từ cầu thang ra con hẻm.

Les rideaux claquaient sous l'effet du vent violent.

Những tấm rèm cửa bay phấp phới trong gió mạnh.

Et le journal posé sur la table bruissait dans le vent.

Tờ báo trên bàn xào xạc trong gió.

Même des feuilles ont été soufflées à l'intérieur de la maison depuis l'extérieur.

Thậm chí một vài chiếc lá cũng bị gió thổi vào nhà từ bên ngoài.

Le père tapa du pied et poussa sans relâche.

Người cha dậm chân và đẩy mạnh không ngừng.

Et il sifflait et émettait des bruits comme un homme sauvage.

Và hắn rít lên, phát ra những tiếng động như một người hoang dã.

Mais Gregor ne s'était pas encore entraîné à marcher à reculons.

Nhưng Gregor vẫn chưa từng tập đi lùi.

Même Gregor admettrait que ce mouvement était beaucoup plus lent.

Ngay cả Gregor cũng phải thừa nhận rằng phong trào này diễn ra chậm hơn nhiều.

Tout ce qu'il souhaitait, c'était avoir la possibilité de faire demi-tour.

Nhưng tất cả những gì anh ta muốn chỉ là cơ hội để quay đầu lại.

Il serait alors allé directement dans sa chambre.

Sau đó, anh ta sẽ lập tức về phòng mình.

Mais il avait trop peur d'impatienter son père.

Nhưng anh ta quá sợ làm cha mình mất kiên nhẫn.

Et il y avait la menace d'un coup de bâton.

Và có cả nguy cơ bị đánh bằng gậy.

Un tel coup à l'arrière de la tête pourrait être fatal.

Một cú đánh vào sau gáy như vậy có thể gây tử vong.

Mais finalement, Gregor n'avait pas d'autre choix.

Nhưng cuối cùng Gregor không còn lựa chọn nào khác.

Il s'est rendu compte qu'il ne pouvait même plus marcher droit à reculons.

Anh nhận ra mình thậm chí không thể đi thẳng lùi.

Il commença à se retourner aussi vite qu'il le put.

Anh ta bắt đầu quay người lại nhanh nhất có thể.

Mais en réalité, ce mouvement de rotation était tout aussi lent.

Nhưng trên thực tế, chuyển động xoay này cũng chậm không kém.

Et il fut suivi des regards anxieux du père.

Và người cha luôn dõi theo cậu bằng ánh mắt lo lắng.

Peut-être le père avait-il remarqué les bonnes intentions de Gregor.

Có lẽ người cha đã nhận thấy ý tốt của Gregor.

Parce qu'il ne l'a pas empêché de se retourner.

Vì anh ấy không làm phiền anh ta khi anh ta đang quay người lại.

Il a même utilisé le bout de son bâton pour guider la rotation.

Ông thậm chí còn dùng đầu gậy để điều khiển chuyển động quay.

Mais Gregor aurait préféré que son père ne lui ait pas sifflé dessus !

Nhưng Gregor vẫn ước gì người cha đừng gắt gỏng với mình!

Le sifflement ne fit qu'ajouter à la confusion du moment.

Tiếng rít chỉ càng làm tăng thêm sự hỗn loạn trong khoảnh khắc đó.

Puis il a commis une erreur et a tourné dans la mauvaise direction.

Rồi anh ta mắc sai lầm và rẽ nhầm hướng.

Finalement, il a réussi à se tourner dans la bonne direction.

Cuối cùng thì anh ấy cũng đã tìm được con đường đúng đắn.

Et il était satisfait des progrès qu'il avait accomplis.

Và ông ấy hài lòng với những tiến bộ mình đã đạt được.

Mais un autre problème est alors devenu encore plus évident.

Nhưng rồi vấn đề tiếp theo lại càng trở nên rõ ràng hơn.

Son corps était trop large pour passer facilement la porte.

Thân hình anh ta quá to nên không thể dễ dàng lọt qua cửa.

Dans son état actuel, le père ne s'en est pas aperçu.

Trong tình trạng hiện tại, người cha không nhận ra điều này.

Il ne lui vint donc pas à l'esprit d'ouvrir davantage la porte.

Vì vậy, anh ta không nghĩ đến việc mở cửa thêm nữa.

Il y aurait alors eu suffisamment de place pour Gregor.

Khi đó sẽ có đủ chỗ cho Gregor.

Sa seule priorité était de faire entrer Gregor dans sa chambre.

Ưu tiên duy nhất của hắn là đưa Gregor vào phòng mình.

Il aurait dû se lever pour passer la porte.

Anh ta sẽ phải đứng dậy mới lọt qua được cửa.

Mais le père n'aurait pas permis une telle manœuvre.

Nhưng người cha sẽ không cho phép điều đó xảy ra.

En fait, il le sifflait encore plus sauvagement qu'avant.

Thực tế là hắn ta còn rít lên với anh ta dữ dội hơn trước.

On aurait dit qu'il y avait plus d'un homme qui lui sifflait dessus.

Nghe có vẻ như không chỉ một người đang rít lên với anh ta.

Ses revendications semblaient revêtir une nouvelle urgence.

Những yêu cầu của ông ta dường như mang một ý nghĩa cấp bách hơn bao giờ hết.

Il n'y avait vraiment plus de temps à perdre.

Thực sự không còn thời gian để đùa giỡn nữa.

Quoi qu'il arrive, Gregor devait franchir la porte.

Dù chuyện gì xảy ra đi nữa, Gregor cũng phải vào được bên trong cánh cửa.

Il s'est imposé sans aucun égard pour lui-même.

Anh ấy đã nỗ lực vượt qua khó khăn mà không hề coi thường bản thân.

Un côté de son corps fut projeté vers le haut par le mouvement.

Một bên cơ thể anh ta bị đẩy lên trên do chuyển động.

Et il était allongé de travers, maladroitement, dans l'embrasure de la porte.

Và anh ta nằm một cách khó nhọc và méo mó giữa khung cửa.

Un de ses flancs était à vif à cause du frottement contre le bois.

Một bên sườn của anh ta bị cọ xát đến trầy xước do va đập vào gỗ.

Et il avait laissé des taches disgracieuses sur la porte peinte en blanc.

Và anh ta đã để lại những vết bẩn khó coi trên cánh cửa sơn trắng.

Les jambes d'un de ses côtés pendaient en tremblant dans le vide.

Hai chân bên hông anh ta run rẩy lơ lửng trong không trung.

Ses autres jambes étaient douloureusement enfoncées dans le sol.

Hai chân còn lại của anh ta bị ép chặt xuống sàn nhà một cách đau đớn.

Bientôt, il allait se retrouver complètement coincé entre la porte et le mur.

Chẳng mấy chốc, anh ta sẽ bị kẹt hoàn toàn giữa hai cánh cửa.

Et alors, il n'aurait plus pu bouger du tout.

Và khi đó anh ta sẽ không thể cử động được chút nào.

Mais le père lui a donné une forte impulsion véritablement libératrice.

Nhưng người cha đã cho anh một cú hích mạnh mẽ, thực sự giải phóng anh.

Et il tomba, ensanglanté, loin dans sa chambre.

Và anh ta ngã xuống, máu chảy rất nhiều, vào sâu trong phòng.

Le père claqua la porte derrière lui avec sa canne.

Người cha dùng gậy đóng sầm cửa lại phía sau.

Et puis, enfin, le calme et la tranquillité revinrent.

Và rồi cuối cùng mọi thứ lại trở nên yên bình và tĩnh lặng.

Deuxième partie
Phần Hai

Gregor ne s'est réveillé que bien plus tard dans la journée.

Gregor mãi đến cuối ngày mới tỉnh dậy.

Le crépuscule était tombé ; il avait dormi profondément, inconsciemment.

Trời đã tối; anh ta ngủ say sưa và vô thức.

Il se serait réveillé même sans avoir été dérangé.

Dù không bị làm phiền, anh ấy vẫn sẽ tỉnh giấc.

Parce qu'il se sentait suffisamment reposé et avait bien dormi.

Vì anh ấy cảm thấy mình đã được nghỉ ngơi đầy đủ và ngủ ngon giấc.

Mais il crut entendre quelques pas furtifs à l'extérieur.

Nhưng anh ta nghĩ mình nghe thấy tiếng bước chân thoắt ẩn thoắt hiện bên ngoài.

Et quelqu'un aurait pu refermer soigneusement la porte d'entrée.

Và có thể ai đó đã cẩn thận đóng cửa trước lại.

La lumière du tramway électrique se projetait faiblement au plafond.

Ánh sáng từ xe điện chiếu mờ nhạt lên trần nhà.

Le dessus du meuble a également reçu un peu de lumière.

Mặt trên của đồ nội thất cũng nhận được một chút ánh sáng.

Mais en bas, au niveau de Gregor, il faisait sombre.

Nhưng dưới mặt đất, ngang tầm với Gregor, thì tối om.

Ses jambes le poussèrent lentement de nouveau vers la porte.

Đôi chân anh ta từ từ đẩy anh ta về phía cửa một lần nữa.

Il était très curieux de voir ce qui s'était passé là-bas.

Anh ấy rất tò mò muốn xem chuyện gì đã xảy ra ở đó.

Mais le contrôle de ses antennes n'était pas encore développé.

Nhưng khả năng điều khiển xúc giác của anh ta vẫn chưa phát triển.

Bien qu'il ait commencé à apprécier ces nouveaux capteurs.

Mặc dù sau đó ông bắt đầu đánh giá cao những cảm biến mới này.

Une longue et disgracieuse cicatrice semblait lui barrer le flanc gauche.

Một vết sẹo dài và khó chịu dường như chạy dọc bên trái cơ thể anh ta.

La cicatrice lui donnait l'impression de contracter ce côté de son corps.

Vết sẹo khiến anh cảm thấy như nó siết chặt bên sườn đó.

Il devait donc littéralement boiter en s'appuyant sur ses deux rangées de pattes.

Và vì thế, ông ta phải đi khập khiễng trên hai hàng chân của mình.

L'une de ses jambes avait été grièvement blessée ce matin-là.

Một trong hai chân của ông ấy đã bị thương nặng vào sáng hôm đó.

C'était vraiment un miracle qu'il ne se soit pas cassé plus de jambes.

Thật là một phép màu khi anh ta không bị gãy thêm nhiều chân nữa.

Et il traîna donc sa jambe blessée, inerte, derrière lui.

Và thế là anh ta lê cái chân bị thương của mình theo sau một cách vô hồn.

Lorsqu'il atteignit la porte, il réalisa quelque chose de profond.

Khi đến gần cửa, anh ta nhận ra một điều sâu sắc.

C'était l'odeur de quelque chose qui l'avait attiré là.

Chính mùi hương của thứ gì đó đã thu hút anh ta đến đó.

Quelque chose de comestible avait été laissé pour Gregor dans sa chambre.

Có một ít đồ ăn được đã được để sẵn trong phòng cho Gregor.

Des morceaux de pain blanc flottant dans un bol de lait sucré.

Những mẩu bánh mì trắng nổi lềnh bềnh trong bát sữa ngọt.

Il pouvait à peine contenir la joie qui l'habitait.

Anh ấy khó lòng kìm nén được niềm vui sướng trong lòng.

Il avait encore plus faim maintenant que le matin.

Lúc này anh ta còn đói hơn cả sáng.
Il plongea aussitôt la tête dans le bol de lait.
Anh ta lập tức cúi đầu vào bát sữa.
Le lait lui recouvrait presque toute la tête, jusqu'aux yeux.
Sữa trào ra gần hết đầu anh ta, lên đến tận mắt.
Mais il a rapidement retiré sa tête, amèrement déçu.
Nhưng ông ta nhanh chóng rụt đầu lại, vẻ mặt đầy thất vọng.
L'alimentation était difficile en raison de la fragilité de son côté gauche.
Việc ăn uống trở nên khó khăn đối với anh ấy do bên trái cơ thể yếu.
Et il ne pouvait manger qu'en haletant de tout son corps.
Và ông ta chỉ có thể ăn bằng cách thở hổn hển hết sức mình.
Mais ce n'était pas la véritable raison de sa déception.
Nhưng đó không phải là lý do thực sự khiến anh ấy thất vọng.
Le lait avait toujours été l'un de ses plats préférés.
Sữa luôn là một trong những món ăn yêu thích của anh ấy.
Il ne doutait pas que sa sœur s'en souvenait.
Anh ấy không hề nghi ngờ rằng em gái mình đã nhớ chuyện này.
Et c'est pour cela qu'elle lui avait donné du lait.
Và đó là lý do tại sao cô ấy cho anh ta uống sữa.
Il n'a pas su expliquer pourquoi il n'aimait plus le lait.
Anh ấy không thể giải thích tại sao bây giờ anh ấy lại không thích sữa.
Et il se détourna du bol presque à contrecœur.
Và ông ta quay mặt đi khỏi cái bát gần như với vẻ miễn cưỡng.
Déçu, il retourna en rampant au milieu de la pièce.
Thất vọng, anh ta bò trở lại giữa phòng.
De là, il pouvait voir à travers la fente de la porte.
Từ đây, anh ta có thể nhìn thấy mọi thứ qua khe hở của cánh cửa.
Il pouvait voir que le feu était allumé dans le salon.
Ông ta có thể thấy ngọn lửa trong phòng khách đã được đốt.
Habituellement, à cette heure-ci, le père lisait le journal.
Thông thường vào giờ này, người cha sẽ đọc báo.

Il avait toujours l'habitude de lire à sa mère à voix haute.
Ông ấy luôn đọc truyện cho mẹ nghe với giọng to.
Parfois, la sœur écoutait aussi les conversations du père.
Đôi khi, người chị cũng nghe lén những cuộc trò chuyện của
người cha.
**Elle avait toujours parlé à Gregor de ces lectures à voix
haute.**
Cô ấy vẫn luôn kể với Gregor về việc đọc to này.
Mais aujourd'hui, aucun son ne provenait de la pièce.
Nhưng hôm nay, không có âm thanh nào phát ra từ căn
phòng.
Peut-être cette habitude s'était-elle déjà perdue.
Có lẽ thói quen này đã không còn được thực hiện nữa.
Un silence profond s'était installé dans tout l'appartement.
Cả căn hộ chìm trong sự tĩnh lặng sâu lắng.
**Bien qu'il sût que l'appartement n'était certainement pas
vide.**
Mặc dù anh ta biết chắc chắn căn hộ đó không hề trống không.
« Quelle vie tranquille mène cette famille », pensa Gregor.
"Gia đình này sống một cuộc sống thật yên bình," Gregor nghĩ.
Et il fixa l'obscurité avec une grande fierté.
Và ông nhìn chằm chằm vào bóng tối với vẻ tự hào tột cùng.
Il était fier de la vie qu'il avait pu leur offrir.
Ông tự hào về cuộc sống mà ông đã có thể mang lại cho họ.
Il était fier du bel appartement qu'ils occupaient.
Anh ấy rất tự hào về căn hộ xinh đẹp mà họ đang sống.
**Mais cette paix était-elle sur le point de connaître une fin
tragique ?**
Nhưng liệu nền hòa bình này sắp kết thúc bằng một thảm họa
khủng khiếp?
Allait-on leur ravir leur prospérité ?
Liệu sự thịnh vượng của họ có bị tước đoạt mất không?
Leur bonheur était-il désormais incertain pour l'avenir ?
Liệu sự hài lòng của họ giờ đây có còn chắc chắn trong tương
lai?
Mais il ne voulait pas se perdre dans de telles pensées.
Nhưng anh không muốn chìm đắm trong những suy nghĩ đó.

Pour s'occuper, il grimpait et descendait les murs.

Để giết thời gian, cậu ta bò lên bò xuống các bức tường.

Durant cette longue soirée, une porte était entrouverte.

Suốt buổi tối dài ấy, một cánh cửa được hé mở.

Et à un autre moment, l'autre porte s'ouvrit légèrement.

Và vào một thời điểm khác, cánh cửa kia hé mở một chút.

Mais à chaque fois, les portes se sont refermées aussitôt.

Nhưng cả hai lần cánh cửa đều nhanh chóng đóng lại.

De toute évidence, quelqu'un à l'extérieur souhaitait entrer.

Rõ ràng là có người bên ngoài muốn vào trong.

Mais ils avaient aussi trop d'inquiétudes à l'idée de venir.

Nhưng họ cũng có quá nhiều lo ngại về việc đến đây.

Gregor s'arrêta alors net devant la porte du salon.

Gregor dừng lại ngay trước cửa phòng khách.

Il était déterminé à trouver un moyen de tenter le visiteur hésitant.

Ông ta quyết tâm tìm mọi cách để thuyết phục vị khách còn đang do dự.

Il voulait aussi savoir qui était le visiteur.

Và ông ấy cũng muốn biết vị khách đó là ai.

Mais ce soir-là, la porte ne fut pas ouverte une troisième fois.

Nhưng tối hôm đó, cánh cửa không được mở lần thứ ba.

Et Gregor passa son temps à attendre en vain près de la porte.

Và Gregor đã dành thời gian đứng đợi bên cửa một cách vô ích.

Plus tôt dans la journée, ils avaient tous voulu entrer dans la pièce.

Sáng hôm đó, tất cả bọn họ đều muốn vào phòng.

Maintenant que les portes étaient déverrouillées, ce serait plus facile pour eux.

Giờ các cánh cửa đã được mở khóa, mọi việc sẽ dễ dàng hơn cho họ.

Mais ils ont choisi de rester de l'autre côté de la pièce.

Nhưng họ lại chọn ở phía bên kia phòng.

Gregor remarqua que les clés n'étaient plus dans leurs serrures.

Gregor nhận thấy chìa khóa không còn nằm trong ổ khóa nữa.

Quelqu'un a dû déplacer les clés vers la serrure extérieure.

Ai đó chắc hẳn đã di chuyển chìa khóa của ổ khóa bên ngoài.

Ce n'est que tard dans la nuit que la lumière du salon était éteinte.

Chỉ đến khuya muộn thì đèn phòng khách mới được tắt.

La famille a dû rester éveillée tout ce temps.

Cả gia đình chắc hẳn đã thức suốt thời gian đó.

Et Gregor pouvait clairement les entendre s'éloigner sur la pointe des pieds.

Và Gregor có thể nghe rõ tiếng họ rón rén bỏ đi.

Désormais, personne n'allait venir voir Gregor avant le lendemain matin.

Giờ thì sẽ không ai đến gặp Gregor cho đến sáng.

Il eut donc tout le temps d'être seul, de réfléchir en toute tranquillité.

Vì vậy, ông có rất nhiều thời gian ở một mình, để suy nghĩ mà không bị quấy rầy.

Quelle serait la meilleure façon de réorganiser sa vie maintenant ?

Cách tốt nhất để sắp xếp lại cuộc sống của anh ấy lúc này là gì?

Mais les hauts murs de la pièce vide l'effrayaient.

Nhưng những bức tường cao của căn phòng trống trải khiến anh ta sợ hãi.

Il n'avait pas d'autre choix que de s'allonger à plat ventre sur le sol.

Anh ta không còn cách nào khác ngoài việc nằm bẹp xuống đất.

Et il n'a jamais trouvé la cause de sa peur dans cet espace.

Và ông ấy chưa bao giờ tìm thấy nguyên nhân nỗi sợ hãi của mình ở nơi đó.

C'était la même pièce où il avait vécu pendant cinq ans.

Đó vẫn là căn phòng mà anh đã sống suốt năm năm qua.

Semi-consciemment, il fit un mouvement vers le canapé.

Anh ta vô thức nhích người về phía ghế sofa.

Et sans aucune honte, il se cacha sous le canapé.

Và chẳng chút xấu hổ, anh ta trốn mình dưới gầm ghế sofa.

Là-bas, il se sentit immédiatement de nouveau très à l'aise.

Ngay lập tức, ở dưới đó anh ấy lại cảm thấy rất thoải mái.

Bien que son dos soit un peu comprimé.

Mặc dù lưng anh ấy hơi bị đau.

Il ne pouvait plus non plus lever la tête sous le canapé.

Anh ta cũng không thể ngẩng đầu lên khỏi gầm ghế sofa được nữa.

Mais même cela, il préférait éviter de se trouver dans un espace ouvert.

Nhưng ngay cả như vậy, ông vẫn thích hơn là ở bất kỳ nơi nào thoáng đãng.

Il regrettait toutefois que son corps soit si large.

Tuy nhiên, ông ấy lại tiếc vì thân hình mình quá to lớn.

Le canapé ne pouvait pas recouvrir entièrement son corps.

Chiếc ghế sofa không thể che phủ hoàn toàn toàn bộ cơ thể anh ta.

Il est resté sous le canapé toute la nuit.

Cậu ta ở dưới gầm ghế sofa suốt cả đêm.

Il passa la nuit à moitié endormi, troublé par sa faim.

Đêm đó anh ta ngủ chập chờn, không ngủ được vì đói.

Et le temps qu'il passait éveillé, il le consacrait soit à s'inquiéter, soit à espérer.

Và thời gian tỉnh táo, anh ấy hoặc lo lắng, hoặc hy vọng.

Mais tous ses vagues espoirs menaient à la même conclusion.

Nhưng tất cả những hy vọng mơ hồ của ông đều dẫn đến cùng một kết luận.

Il n'avait d'autre choix que de rester silencieux pour le moment.

Anh ta không còn lựa chọn nào khác ngoài việc im lặng vào lúc này.

Il devait faire preuve de patience et de considération envers la famille.

Ông ấy phải thể hiện sự kiên nhẫn và quan tâm đến gia đình.

C'était le seul moyen de rendre ce désagrément supportable.

Đó là cách duy nhất để làm cho sự bất tiện trở nên dễ chịu hơn.

Le désagrément qu'il imposait désormais à la famille.

Sự bất tiện mà anh ta đang gây ra cho gia đình.

Il n'a pas eu à attendre longtemps pour prouver sa compassion.

Ông ấy không phải chờ lâu để chứng tỏ lòng thương người của mình.

Tôt le matin, sa sœur jeta un coup d'œil dans sa chambre.

Sáng sớm, người chị gái đã nhìn vào phòng anh trai mình.

En réalité, c'était autant la nuit que le matin.

Mặc dù thực tế lúc đó vừa là đêm vừa là sáng.

Elle était entièrement habillée et semblait éprouver de l'excitation.

Cô ấy ăn mặc chỉnh tề và có vẻ rất phấn khởi.

La solidité de sa décision nouvellement prise pourrait être mise à l'épreuve.

Sức mạnh của quyết định mới mà anh ấy vừa đưa ra có thể sẽ được kiểm chứng.

Elle ne l'a pas immédiatement repéré au premier coup d'œil.

Thoạt nhìn, cô không nhận ra anh ta ngay.

Il devait forcément être quelque part ; il n'aurait pas pu s'envoler.

Anh ta chắc chắn phải ở đâu đó; anh ta không thể nào bay đi được.

Puis son regard parcourut une seconde fois la pièce.

Nhưng rồi ánh mắt cô lại đảo qua căn phòng lần thứ hai.

Et cette fois, elle a aperçu son torse sous le canapé.

Và lần này, cô ấy phát hiện phần thân trên của anh ta nằm dưới ghế sofa.

Elle était si effrayée qu'elle a perdu tout contrôle d'elle-même.

Cô ấy sợ hãi đến mức mất hết khả năng tự chủ.

Et sa première réaction fut de claquer la porte à nouveau.

Phản ứng đầu tiên của cô ấy là đóng sầm cửa lại.

Mais elle a aussi semblé immédiatement regretter son comportement.

Nhưng dường như cô ấy cũng ngay lập tức hối hận về hành vi của mình.

Aussitôt qu'elle eut claqué la porte, elle la rouvrit.

Vừa đóng sầm cửa xong, cô ta lại mở cửa ra.

Et cette fois, elle entra dans la pièce sur la pointe des pieds.

Lần này, cô nhẹ nhàng rón rén bước vào phòng.

Elle se déplaçait comme si elle rendait visite à une personne gravement malade.

Cô ấy di chuyển như thể đang đến thăm một người bệnh nặng.

Ou bien elle rendait visite à un parfait inconnu.

Hoặc cũng có thể cô ấy đang đến thăm một người hoàn toàn xa lạ.

Gregor poussa sa tête presque jusqu'au bord du canapé.

Gregor ghé sát đầu vào mép ghế sofa.

Et, caché sous le coffre-fort, il l'observait dans la pièce.

Và từ bên dưới chiếc két sắt, hắn quan sát cô trong phòng.

Allait-elle remarquer qu'il avait oublié le lait ?

Liệu cô ấy có nhận ra rằng anh ta đã để quên hộp sữa không?

Il n'avait pas laissé le lait par manque de faim.

Anh ấy không bỏ sữa vì đói.

Allait-elle lui apporter un autre plat ?

Liệu cô ấy định mang cho anh ấy món ăn khác không?

Peut-être un plat qui corresponde mieux à ses goûts.

Có lẽ một món ăn phù hợp với sở thích của anh ấy hơn.

Mais elle aurait dû remarquer elle-même son appétit.

Nhưng chính cô ấy cũng phải nhận thấy sự thèm ăn của anh ta.

Il aurait préféré mourir de faim plutôt que de lui en parler.

Anh ta thà chết đói còn hơn là để cô ấy biết chuyện đó.

En réalité, il aurait beaucoup aimé le lui dire.

Thực ra, anh ấy rất muốn kể cho cô ấy nghe.

Il était vraiment tenté de tirer sur lui depuis sous le canapé.

Anh ta thực sự rất muốn chui ra từ gầm ghế sofa.

Il avait envie de se jeter aux pieds de sa sœur.

Anh ta muốn quỳ xuống dưới chân chị gái mình.

Et il voulait lui demander quelque chose de bon à manger.

Và anh ấy muốn mời cô ấy món gì đó ngon để ăn.
Mais la sœur regarda alors le bol de lait.
Nhưng rồi người chị nhìn về phía bát sữa.
Elle remarqua aussitôt que le bol était encore plein.
Cô ấy lập tức nhận thấy rằng bát vẫn còn đầy.
Elle était plutôt surprise que Gregor n'ait rien mangé.
Cô ấy khá ngạc nhiên vì Gregor chưa ăn gì cả.
Seul un peu de lait avait été renversé sur le sol.
Chỉ một ít sữa bị đổ ra sàn nhà.
Elle a aussitôt ramassé le bol et l'a emporté.
Cô ấy lập tức cầm lấy cái bát và mang ra ngoài.
Il vit qu'elle ne ramassait pas le bol à mains nues.
Anh ta thấy cô ấy không cầm cái bát bằng tay không.
Au lieu de cela, elle ramassa le bol à l'aide d'un des chiffons.
Thay vào đó, bà ấy dùng một trong những chiếc giẻ để nhấc
cái bát lên.
Mais Gregor oublia très vite ce petit détail.
Nhưng Gregor rất nhanh chóng quên đi chi tiết nhỏ nhặt này.
**Il était désormais beaucoup plus enthousiaste à propos
d'autre chose.**
Giờ đây anh ấy lại hào hứng hơn về một điều khác.
Qu'est-ce qu'elle pourrait apporter à la place du lait ?
Cô ấy có thể mang gì đến để thay thế sữa?
Il avait diverses idées sur ce qu'elle pourrait apporter.
Anh ta có nhiều suy nghĩ khác nhau về những thứ cô ấy có thể
mang đến.
Mais la gentillesse de sa sœur a dépassé ses espérances.
Nhưng lòng tốt của chị gái anh đã vượt quá sự mong đợi của
anh.
Elle comprit qu'elle devait tester ses nouveaux goûts.
Cô nhận ra mình cần phải thử xem khẩu vị mới của anh ấy
như thế nào.
Elle a donc apporté toute une sélection de plats différents.
Vì vậy, cô ấy đã mang theo rất nhiều món ăn khác nhau.
Légumes à moitié pourris, os du repas du soir.
Rau củ gần như thối rữa, xương từ bữa tối.
De la sauce solidifiée provenant de leur autre repas.

Nước sốt đã đông lại từ bữa ăn trước đó của họ.

Quelques raisins secs, des amandes, du pain sec, du pain beurré.

Một ít nho khô, vài quả hạnh nhân, bánh mì khô, bánh mì bơ.

Du pain beurré et salé.

Một ít bánh mì đã được phết bơ và rắc muối.

Du fromage que Gregor avait déclaré immangeable il y a deux jours.

Phô mai mà Gregor đã tuyên bố là không ăn được hai ngày trước.

Toute cette sélection de nourriture était disposée sur un journal.

Tất cả các món ăn này được bày trên một tờ báo.

Elle a également placé un bol d'eau à côté de ses repas.

Và bà cũng đặt một bát nước bên cạnh bữa ăn của ông.

Elle savait que Gregor n'aurait pas mangé devant elle.

Cô biết Gregor sẽ không ăn trước mặt cô.

Par respect pour lui, elle quitta de nouveau la pièce.

Vì tôn trọng anh ấy, cô ấy lại rời khỏi phòng.

Et elle a même tourné la clé dans la serrure en partant.

Và thậm chí bà ấy còn vặn chìa khóa vào ổ khóa khi rời đi.

Mais elle tourna la clé très doucement et avec précaution.

Nhưng cô ấy vặn chìa khóa rất nhẹ nhàng và cẩn thận.

De cette façon, seul Gregor saurait que la porte était verrouillée.

Như vậy chỉ có Gregor mới biết cửa đã bị khóa.

Il pouvait désormais s'installer aussi confortablement qu'il le souhaitait.

Giờ đây anh ta có thể thoải mái tùy thích.

Les jambes de Gregor s'agitaient frénétiquement à l'heure du repas.

Đôi chân của Gregor thoăn thoắt chuyển động khi đến giờ ăn.

Il est à noter qu'il ne ressentait plus aucune gêne.

Điều đáng chú ý là anh ấy không còn cảm thấy khó chịu nữa.

Ses blessures doivent déjà être complètement guéries.

Vết thương của anh ấy chắc hẳn đã lành hoàn toàn rồi.

Parce qu'il ne ressentait plus ses anciens handicaps.

Vì anh ấy không còn cảm thấy những khuyết tật trước đây của mình nữa.

Sa nouvelle capacité de guérison le surprit et l'émerveilla.
Khả năng chữa lành mới này đã khiến anh ấy ngạc nhiên và kinh ngạc.

Il y a plus d'un mois, il s'est coupé le doigt avec un couteau.
Hơn một tháng trước, anh ấy đã bị dao cứa vào ngón tay.

Il y a encore deux jours, cette blessure le faisait souffrir.
Cho đến hai ngày trước, vết thương đó vẫn còn đau.

« Suis-je beaucoup moins sensible maintenant ? » pensa-t-il.
"Giờ mình có bớt nhạy cảm hơn nhiều không nhỉ?" anh tự nghĩ.

À ce moment-là, il suçait déjà goulûment le fromage.
Lúc này, anh ta đã ngấu nghiến miếng pho mát.

Il était plus attiré par le fromage que par les autres aliments.
Anh ấy thích pho mát hơn các món ăn khác.

Il mangeait rapidement un morceau de fromage après l'autre.
Anh ta nhanh chóng ăn hết miếng pho mát này đến miếng pho mát khác.

Ses yeux s'embuèrent de satisfaction à la vue de ce goût.
Nước mắt anh ta rưng rưng vì thỏa mãn với hương vị của nó.

Après le fromage, il mangea les légumes et la sauce.
Sau khi ăn pho mát, anh ấy ăn rau và nước sốt.

Cependant, les aliments frais ne lui plaisaient pas.
Tuy nhiên, thức ăn tươi sống lại không ngon miệng với anh ta.

En fait, il ne supportait même pas l'odeur des aliments frais.
Thực tế là anh ta thậm chí không chịu nổi mùi thức ăn tươi.

Il a même éloigné les autres aliments des aliments frais.
Thậm chí, nó còn kéo cả thức ăn cũ ra khỏi chỗ thức ăn mới.

Et il a très vite terminé la nourriture la plus comestible.
Và rất nhanh chóng, anh ta đã ăn hết phần thức ăn ngon nhất.

Tous ces mets délicieux avaient un effet soporifique sur lui.
Tất cả những món ăn ngon đó đã khiến anh ta buồn ngủ.

Et il s'allongea paresseusement à l'endroit où il avait mangé.
Và anh ta nằm dài lười biếng ở chỗ mình vừa ăn xong.

Finalement, sa sœur est revenue prendre de ses nouvelles.

Cuối cùng, chị gái anh ấy quay lại để thăm anh ấy lần nữa.

Elle a eu la prévoyance de tourner la clé très lentement.

Cô ấy đã có sự sáng suốt khi vặn chìa khóa rất chậm.

Cela a averti Gregor qu'il devait se retirer.

Điều này cảnh báo Gregor rằng anh ta nên rút lui.

Étourdi et surpris, il se précipita sous le canapé.

Choáng váng và giật mình, anh ta vội vã chui lại xuống gầm ghế sofa.

Mais rester sous le canapé n'était pas si facile cette fois-ci.

Nhưng lần này trốn dưới gầm ghế sofa không dễ dàng như vậy.

Son corps s'était un peu arrondi à cause de toute cette nourriture.

Vì ăn quá nhiều nên thân hình anh ta hơi tròn trịa lên.

Et il devait se retenir pour ne pas s'épuiser à nouveau.

Và anh ta phải tự kiềm chế để không bị hết tiền lần nữa.

Même si la sœur n'est pas restée longtemps dans la chambre.

Mặc dù người chị không ở lại trong phòng lâu.

Il avait du mal à respirer dans cet espace étroit.

Anh ta khó thở trong không gian chật hẹp đó.

Mais il a surmonté ces petites crises d'étouffement.

Nhưng anh ấy đã vượt qua những cơn khó thở nhỏ.

Les yeux exorbités, il observait les agissements de sa sœur.

Hắn trọn tròn mắt quan sát mọi hành động của người em gái.

La sœur, sans se douter de rien, a tout versé dans un seau.

Cô em gái không hề hay biết đã đổ hết mọi thứ vào một cái xô.

Elle s'est non seulement débarrassée de la nourriture que Gregor n'avait pas mangée, mais elle l'a fait.

Cô ấy không chỉ vứt bỏ phần thức ăn mà Gregor chưa ăn.

Mais elle jetait aussi la nourriture qu'il n'avait pas touchée.

Nhưng bà cũng vứt bỏ phần thức ăn mà anh ta chưa ăn.

Apparemment, cet aliment n'était plus comestible pour personne.

Rõ ràng là thức ăn đó giờ không còn ăn được nữa.

Elle referma ensuite le seau à nourriture avec un couvercle en bois.

Sau đó, bà dùng nắp gỗ đậy kín thùng đựng thức ăn.

Et avec la nourriture, le seau et la serpillière, elle est partie.
Và cùng với thức ăn, cái xô và cây lau nhà, bà ấy rời đi.
Gregor n'aurait pas pu attendre beaucoup plus longtemps.
Gregor không thể chờ đợi lâu hơn nữa.
Dès qu'elle fut partie, il s'échappa de sous le canapé.
Ngay khi cô ấy rời đi, nó đã chui ra từ gầm ghế sofa.
Il s'étira et souffla de soulagement.
Rồi ông vươn vai và thở phào nhẹ nhõm.
C'est ainsi que Gregor recevait de la nourriture de temps à autre.
Đây là cách Gregor nhận được thức ăn mỗi khi cần.
Sa sœur lui a donné à manger une fois, tôt le matin.
Chị gái anh ấy đã cho anh ấy ăn một lần vào sáng sớm.
À cette heure-ci, les parents et la bonne dormaient encore.
Vào giờ này, cha mẹ và người hầu gái vẫn còn đang ngủ.
Et il a reçu un deuxième repas après le déjeuner de tout le monde.
Và ông ấy được phục vụ thêm một bữa ăn nữa sau khi mọi người đã ăn trưa xong.
Car à ce moment-là, les parents dormaient aussi un peu.
Vì lúc đó bố mẹ cũng ngủ thiếp đi một lúc.
Et la servante fut envoyée par la sœur faire une course.
Và người hầu gái được chị gái sai đi làm việc vặt.
Ils n'avaient certainement aucune intention de laisser Gregor mourir de faim.
Chắc chắn họ không hề có ý định bỏ đói Gregor.
Mais ils n'auraient pas voulu le regarder manger non plus.
Nhưng họ cũng sẽ không muốn nhìn anh ta ăn.
Les informations fournies par la sœur étaient suffisantes.
Những thông tin mà người chị gái đề cập đã đủ rồi.
C'était peut-être sa façon d'épargner aux parents leur chagrin.
Có lẽ đó là cách cô ấy muốn giúp cha mẹ bớt đau buồn.
Ils avaient déjà suffisamment souffert de ses actes.
Họ đã phải chịu đựng quá đủ từ những hành động của hắn rồi.

Le premier jour s'estompait peu à peu dans les mémoires.

Ngày đầu tiên dần trở thành một kỷ niệm xa vời.

Gregor n'avait aucun moyen de savoir ce qui s'était passé ce jour-là.

Gregor không thể nào biết được chuyện gì đã xảy ra ngày hôm đó.

Comment le serrurier a-t-il été conduit hors de l'appartement ?

Người thợ khóa đã được dẫn ra khỏi căn hộ bằng cách nào?

Quelles excuses ont finalement satisfait le médecin ?

Cuối cùng, vị bác sĩ đã hài lòng với những lời bào chữa nào?

Il n'avait trouvé aucun moyen de se faire comprendre.

Anh ta không tìm ra cách nào để diễn đạt cho người khác hiểu.

Il n'a même pas réussi à communiquer avec sa sœur.

Thậm chí anh ta còn không thể liên lạc được với em gái mình.

Ils en conclurent donc qu'il ne pouvait pas les comprendre.

Vì vậy, họ nghĩ rằng ông ấy không thể hiểu họ.

C'est pourquoi aucun effort ne fut fait pour lui parler.

Vì vậy, không ai cố gắng liên lạc với ông ấy.

Sa sœur venait dans sa chambre tous les matins et à midi.

Mỗi sáng và mỗi giờ ăn trưa, em gái anh đều vào phòng anh.

Mais il devait se contenter d'entendre ses soupirs.

Nhưng anh chỉ có thể tự an ủi mình bằng việc nghe thấy tiếng thở dài của cô.

Plus tard, elle s'est un peu plus habituée à la forme de Gregor.

Sau đó, cô ấy dần quen với hình dáng của Gregor.

Et elle se sentait un peu plus libre de faire davantage de remarques.

Và cô ấy cảm thấy tự do hơn một chút để đưa ra nhiều nhận xét hơn.

(Même si elle ne s'y habituerait jamais complètement.)

(Mặc dù cô ấy sẽ không bao giờ hoàn toàn quen với anh ta.)

Et puis Gregor eut de nouveau l'impression qu'on lui parlait un peu plus.

Và rồi Gregor cảm thấy mình được người khác lắng nghe nhiều hơn.

Et il a perçu ce qu'il considérait comme des commentaires amicaux.

Và anh ấy đã ghi nhận những lời nhận xét mà anh ấy cho là thân thiện.

"Il a apprécié son repas aujourd'hui", ou "il a tout mangé".

"Hôm nay anh ấy rất thích bữa ăn của mình," hoặc "anh ấy đã ăn hết mọi thứ."

Mais cela n'arrivait que lorsqu'il avait fini de manger.

Nhưng đó chỉ là khi anh ta đã ăn hết thức ăn của mình.

Mais récemment, cela devenait de plus en plus rare.

Nhưng gần đây điều này ngày càng trở nên hiếm gặp.

« Il touchait à peine à sa nourriture », disait-elle plus souvent maintenant.

"Anh ấy hầu như chẳng đụng đến thức ăn của mình," bà ấy nói điều này thường xuyên hơn.

Et il y avait une pointe de tristesse dans sa voix à chaque fois.

Và mỗi lần như vậy, giọng nói của cô đều phảng phất chút buồn.

Gregor ne pouvait entendre aucune autre nouvelle plus directement.

Gregor không thể nghe được bất kỳ tin tức nào trực tiếp hơn thế.

Mais il a entendu beaucoup de choses se dire dans les pièces voisines.

Nhưng anh ta đã nghe lỏm được rất nhiều tin tức từ các phòng kế bên.

Lorsqu'il a entendu des voix, il a couru vers la porte correspondante.

Nghe thấy tiếng nói, anh ta liền chạy đến cánh cửa tương ứng.

Et il a plaqué tout son corps contre la porte pour entendre.

Và anh ta áp sát toàn thân vào cửa để nghe.

Toutes les conversations le concernaient d'une manière ou d'une autre.

Mọi cuộc trò chuyện đều liên quan đến ông ấy theo một cách nào đó.

Même lorsque le sujet semblait porter sur autre chose.

Ngay cả khi chủ đề dường như là về một điều khác.

Cette observation était particulièrement vraie au début.

Điều này đặc biệt đúng trong giai đoạn đầu.

À chaque repas, ils répétaient la même discussion.

Trong mỗi bữa ăn, họ đều lặp lại cuộc thảo luận tương tự.

Ils ne savaient toujours pas comment se comporter en sa présence.

Họ vẫn chưa chắc chắn về cách cư xử khi ở gần anh ấy.

Mais le même sujet a également été abordé entre les repas.

Nhưng chủ đề đó cũng được thảo luận giữa các bữa ăn.

Parce qu'il y avait toujours deux membres de la famille à la maison.

Vì ở nhà luôn có hai thành viên trong gia đình.

Personne ne voulait rester seul à la maison.

Không ai muốn ở nhà một mình cả.

Mais laisser l'appartement vide était également hors de question.

Nhưng việc để căn hộ trống không cũng là điều không thể chấp nhận được.

La femme de ménage était la seule à ne pas être attachée à l'appartement.

Cô hầu gái là người duy nhất không bị ràng buộc vào căn hộ.

Elle avait déjà demandé à partir dès le premier jour.

Cô ấy đã xin nghỉ việc ngay từ ngày đầu tiên.

Elle s'est agenouillée et a supplié qu'on la renvoie.

Cô ta quỳ xuống và van xin được cho về.

La famille ignorait l'étendue des connaissances de la bonne.

Gia đình không biết người giúp việc thực sự biết được bao nhiêu.

À ce stade, elle n'en avait pas vu plus que quiconque.

Vào thời điểm đó, cô ấy cũng chưa từng chứng kiến nhiều hơn bất cứ ai khác.

Ce qui s'était passé restait un mystère pour la famille.

Những gì đã xảy ra vẫn còn là một bí ẩn đối với gia đình.

Mais un quart d'heure plus tard, elle fit ses adieux.

Nhưng mười lăm phút sau, cô ấy đã nói lời tạm biệt.

Et elle a remercié la famille, les larmes aux yeux.

Và bà ấy đã cảm ơn gia đình với đôi mắt đẫm lệ.

Mais en réalité, elle les remerciait de l'avoir libérée.

Nhưng thực ra, cô ấy cảm ơn họ vì đã thả cô ấy.

Ils semblaient lui avoir témoigné la plus grande bienveillance.

Họ dường như đã đối xử với cô ấy bằng lòng tốt vô bờ bến.

Elle a même prêté serment, sans qu'on le lui demande.

Cô ấy thậm chí còn tuyên thệ, dù không ai yêu cầu.

Elle a dit qu'elle ne dirait à personne ce qui s'était passé.

Cô ấy nói sẽ không kể cho ai biết chuyện gì đã xảy ra.

Désormais, la sœur devait cuisiner avec sa mère.

Giờ thì người chị phải cùng nấu ăn với mẹ.

Mais ce n'était pas vraiment un inconvénient majeur.

Nhưng điều này thực ra không gây ra quá nhiều bất tiện.

Parce que de toute façon, ils n'avaient presque rien mangé tous les deux.

Vì hai người họ hầu như chẳng ăn gì cả.

Gregor surprenait sans cesse la même conversation.

Hết lần này đến lần khác, Gregor nghe lén được cùng một cuộc trò chuyện.

L'un disait à l'autre qu'il devait manger davantage.

Một người đang nói với người kia rằng họ phải ăn nhiều hơn.

Mais cette personne n'a reçu aucune réponse de son interlocuteur.

Nhưng người đó không nhận được câu trả lời từ người kia.

« Merci, j'en ai assez », ou quelque chose de similaire.

"Cảm ơn, tôi có đủ rồi", hoặc câu tương tự.

Peut-être qu'eux non plus ne buvaient plus rien.

Có lẽ họ cũng không uống gì nữa.

Sa sœur demandait souvent à son père s'il voulait de la bière.

Cô em gái thường hỏi bố xem ông có muốn uống bia không.

Et elle a proposé chaleureusement d'aller chercher la bière elle-même.

Và cô ấy ân cần đề nghị tự mình đi lấy bia.

Le père gardait toujours le silence à sa demande.

Người cha luôn im lặng trước yêu cầu của con gái.

La sœur devait donc trouver un moyen de dissiper tout doute.

Vì vậy, người chị phải tìm cách xóa bỏ mọi nghi ngờ.

Et elle a dit qu'elle enverrait la bonne chercher de la bière.

Và bà ấy nói sẽ sai người hầu đi mua bia.

Mais finalement, le père a dit un grand « non » retentissant.

Nhưng rồi người cha cuối cùng cũng thốt lên một tiếng "không" thật lớn và dứt khoát.

Puis, on n'a plus évoqué le fait qu'il boive une bière.

Sau đó, chủ đề về việc anh ấy uống bia không còn được đề cập đến nữa.

Il avait déjà expliqué la situation financière auparavant.

Ông ấy đã giải thích tình hình tài chính trước đó rồi.

En fait, il a évoqué les finances dès le premier jour.

Thực tế, ông ấy đã đề cập đến vấn đề tài chính ngay từ ngày đầu tiên.

Il leur a bien fait comprendre quelles étaient les perspectives.

Ông ấy đã cho họ thấy rõ những triển vọng phía trước.

Sa propre entreprise avait fait faillite il y a environ cinq ans.

Công việc kinh doanh của ông ta đã sụp đổ khoảng năm năm trước.

De temps en temps, il se levait pour quitter la table.

Thỉnh thoảng ông ấy lại đứng dậy rời khỏi bàn.

Et il se dirigea vers la caisse de son ancien commerce.

Và anh ta đi đến quầy thu ngân của cửa hàng cũ.

Il avait conservé la caisse enregistreuse par sentimentalisme.

Anh ấy giữ lại chiếc máy tính tiền vì lý do tình cảm.

Gregor l'entendit déverrouiller une serrure lourde et complexe.

Gregor nghe thấy tiếng anh ta mở một ổ khóa nặng và phức tạp.

Et il sortit des reçus et des livres de comptes de la caisse.

Và ông ta lấy các biên lai và sổ sách từ hộp đựng tiền ra.

Après avoir pris les objets, il a refermé la caisse à clé.
Sau khi lấy đồ vật, anh ta khóa két tiền lại.
Gregor n'avait entendu aucune bonne nouvelle depuis son emprisonnement.
Gregor không nhận được tin tốt nào kể từ khi bị giam cầm.
Il pensait que l'entreprise avait ruiné son père.
Anh ta cho rằng việc kinh doanh đã khiến cha mình phá sản.
Le père avait certainement donné cette impression à Gregor.
Người cha chắc chắn đã tạo cho Gregor ấn tượng đó.
Et Gregor ne lui a plus jamais posé de questions sur les finances.
Và Gregor không bao giờ hỏi anh ta thêm về vấn đề tài chính nữa.
Gregor voulait faire tout son possible pour aider la famille.
Gregor muốn làm tất cả những gì có thể để giúp đỡ gia đình đó.
Il voulait les aider à oublier leurs difficultés financières.
Anh ấy muốn giúp họ quên đi những rủi ro trong kinh doanh.
La faillite qui a engendré un désespoir total.
Vụ phá sản đã dẫn đến sự tuyệt vọng hoàn toàn.
Il s'est donc mis à travailler avec une passion toute particulière.
Vì vậy, anh ấy bắt đầu làm việc với một niềm đam mê đặc biệt.
Il était devenu représentant de commerce itinérant presque du jour au lendemain.
Anh ta trở thành một người bán hàng rong gần như chỉ sau một đêm.
Avant cela, il n'avait travaillé que comme commis mal payé.
Trước đó, ông chỉ làm một công việc thư ký với mức lương thấp.
Il avait désormais des opportunités de gains complètement différentes.
Giờ đây anh ấy có những cơ hội kiếm tiền hoàn toàn khác.
Les ventes réussies pouvaient être immédiatement converties en liquidités.

Những giao dịch thành công có thể được quy đổi thành tiền mặt ngay lập tức.

L'argent étant bien sûr versé sur ses commissions.

Tất nhiên, số tiền đó được trả từ tiền hoa hồng của anh ta.

Désormais, Gregor pouvait mettre de l'argent sur la table familiale.

Giờ đây Gregor đã có thể kiếm tiền nuôi gia đình.

Et ils étaient étonnés et ravis de ses gains.

Họ vừa ngạc nhiên vừa vui mừng với số tiền anh kiếm được.

Mais ces beaux moments ne se reproduiront plus.

Nhưng những khoảnh khắc tươi đẹp ấy sẽ không bao giờ lặp lại nữa.

Ils commençaient tout juste à s'habituer à cette période faste.

Họ vừa mới quen với những khoảng thời gian tốt đẹp này.

À chaque paie, la famille acceptait l'argent avec gratitude.

Mỗi kỳ lương, gia đình đều vui vẻ đón nhận số tiền đó.

Et Gregor était tout aussi heureux de remettre l'argent.

Và Gregor cũng vui vẻ giao tiền.

Mais la chaleureuse affection qu'elle suscitait en retour s'est peu à peu éteinte.

Nhưng tình cảm ấm áp đáp lại dần dần phai nhạt.

Seule sa sœur restait aussi proche de Gregor qu'auparavant.

Chỉ có em gái anh vẫn thân thiết với Gregor như trước.

Elle, contrairement à Gregor, avait une profonde appréciation pour la musique.

Khác với Gregor, cô ấy có một sự cảm thụ sâu sắc đối với âm nhạc.

Et elle savait jouer du violon d'une manière très touchante.

Và cô ấy biết cách chơi vĩ cầm rất hay, truyền cảm.

Gregor avait secrètement prévu de l'envoyer dans une école de musique.

Gregor đã bí mật lên kế hoạch cho cô theo học trường nhạc.

Il n'avait pas encore décidé comment il réglerait les dépenses.

Ông ấy vẫn chưa quyết định sẽ thanh toán các khoản chi phí như thế nào.

Mais d'une manière ou d'une autre, il couvrirait les frais.

Nhưng bằng cách này hay cách khác, ông ta sẽ trang trải chi phí.

De temps en temps, Gregor et sa famille partaient en courts séjours.

Thỉnh thoảng Gregor và gia đình lại đi những chuyến du lịch ngắn ngày.

Gregor et sa sœur abordaient souvent ce sujet.

Gregor và người em gái thường xuyên nhắc đến chủ đề này.

Mais cela n'a jamais été évoqué que comme une idée merveilleuse.

Nhưng nó chỉ được nhắc đến như một ý tưởng tuyệt vời.

Ils ne croyaient pas vraiment que ce rêve puisse se réaliser.

Họ thực sự không tin rằng giấc mơ đó có thể trở thành hiện thực.

Et les parents n'appréciaient pas de telles ambitions fantaisistes.

Và cha mẹ không thích những tham vọng viển vông như vậy.

Même lorsque le sujet a été abordé de manière tout à fait innocente.

Ngay cả khi chủ đề đó được nêu ra một cách rất vô hại.

Mais Gregor continuait de penser à l'école de musique.

Nhưng Gregor vẫn tiếp tục nghĩ về trường nhạc.

Et il prévoyait d'annoncer le cadeau la veille de Noël.

Và ông ấy dự định sẽ công bố món quà vào đêm Giáng sinh.

Bien sûr, dans son état actuel, ce serait impossible.

Dĩ nhiên, với tình trạng hiện tại của anh ấy thì điều đó là không thể.

Mais ce genre de pensées lui traversait l'esprit.

Nhưng những suy nghĩ như vậy cứ thoáng qua trong đầu anh ta.

Et telles étaient les pensées qui lui traversaient l'esprit en écoutant sa famille.

Và ông đã có những suy nghĩ như vậy khi lắng nghe gia đình họ trò chuyện.

Parfois, il était trop fatigué pour continuer à les écouter.

Đôi khi, ông ấy quá mệt mỏi để tiếp tục lắng nghe họ.

Sa tête s'est affaissée contre la porte, rongée par la fatigue.

Vì quá mệt mỏi, anh gục đầu vào cánh cửa.

Mais il appuya aussitôt de nouveau sa tête contre la porte.

Nhưng anh ta lập tức lại gục đầu vào cửa.

Car même le moindre bruit s'entendait à l'extérieur.

Vì ngay cả tiếng động nhỏ nhất cũng có thể nghe thấy từ bên ngoài.

Et le moindre bruit qu'il faisait plongeait la famille dans le silence.

Và bất kỳ tiếng động nào anh ấy tạo ra đều khiến cả gia đình im lặng.

« Que fait-il maintenant ? » demanda le père à sa famille.

"Bây giờ nó đang làm gì vậy?" người cha hỏi cả gia đình.

Il alla à la porte pour vérifier d'où venait le bruit.

Rồi anh ta đi ra cửa để xem tiếng động đó là gì.

Puis la conversation interrompue a repris progressivement.

Và rồi cuộc trò chuyện bị gián đoạn dần dần được tiếp tục.

Mais les paroles du père ont agréablement surpris tout le monde.

Nhưng điều người cha nói đã khiến mọi người vô cùng ngạc nhiên.

Gregor apprit alors la véritable situation financière.

Lúc này Gregor đã biết được thực trạng tài chính thực sự.

Malgré tous ces malheurs, il y a eu aussi un peu de chance.

Bất chấp mọi điều không may, vẫn có một vài điều may mắn.

Une petite fortune d'antan était encore là.

Một khoản tiền nhỏ tích lũy từ thời xưa vẫn còn đó.

Le père a expliqué les choses, mais a dû se répéter.

Người cha giải thích mọi việc, nhưng phải lặp lại nhiều lần.

Parce qu'il ne s'était pas occupé de ces choses depuis un certain temps.

Vì đã lâu rồi ông ấy chưa giải quyết những việc này.

Et parce que la mère ne comprenait pas de telles choses.

Và bởi vì người mẹ không hiểu những điều đó.

Les taux d'intérêt de la banque avaient légèrement augmenté.

Lãi suất ngân hàng đã tăng lên một chút.

L'argent non utilisé avait augmenté plus que prévu.

Số tiền chưa sử dụng đã tăng lên nhiều hơn dự kiến.

De plus, Gregor leur avait toujours donné ses économies.

Ngoài ra, Gregor luôn dành dụm tiền tiết kiệm của mình cho họ.

Il n'avait jamais gardé que quelques florins pour lui-même.

Ông ta chỉ giữ lại cho mình vài đồng guilder mà thôi.

Et son argent n'avait pas été entièrement dépensé.

Và số tiền của anh ta vẫn chưa được tiêu hết hoàn toàn.

Ensemble, ces sommes avaient constitué un petit capital.

Tổng số tiền này đã tích lũy thành một khoản vốn nhỏ.

Gregor, derrière sa porte, hocha la tête avec enthousiasme à la nouvelle.

Gregor, ngồi sau cánh cửa, gật đầu lia lịa khi nghe tin.

Il était ravi de cette prudence et de cette frugalité inattendues.

Ông hài lòng với sự thận trọng và tiết kiệm bất ngờ này.

Les fonds excédentaires auraient pu servir à rembourser la dette.

Số tiền dư thừa đó lẽ ra có thể được dùng để trả nợ.

Ils n'auraient alors plus rien dû au patron.

Khi đó họ sẽ không còn nợ ông chủ bất cứ điều gì nữa.

Et Gregor aurait pu changer d'emploi bien plus tôt.

Và Gregor lẽ ra đã có thể chuyển sang công việc mới sớm hơn nhiều.

Mais la façon dont le père s'y était pris était bien meilleure maintenant.

Nhưng cách người cha sắp xếp mọi việc giờ đây tốt hơn nhiều.

L'argent ne suffisait pas tout à fait pour vivre des intérêts.

Số tiền đó không đủ để sống bằng tiền lãi.

Et il a fallu mettre de l'argent de côté pour les urgences.

Và một khoản tiền nhất định phải được dành riêng cho những trường hợp khẩn cấp.

Cela n'aurait suffi que pour un an ou deux.

Số tiền đó chỉ đủ dùng trong một hoặc hai năm.

Cela signifiait que quelqu'un devait gagner de l'argent pour qu'ils puissent vivre.

Điều này có nghĩa là ai đó phải kiếm tiền để nuôi sống họ.

Le père n'était pas malade et il était assez fort.
Người cha không có vấn đề về sức khỏe và đủ sức khỏe tốt.
Mais il était sans emploi depuis plus de cinq ans.
Nhưng ông ấy đã thất nghiệp hơn năm năm.
Et, du fait de son âge, il lui restait peu de confiance en lui.
Và do tuổi tác, ông ấy hầu như không còn tự tin.
Il avait également pris beaucoup de poids ces derniers temps.
Gần đây anh ấy cũng tăng cân rất nhiều.
Sa vie avait toujours été ardue et infructueuse.
Cuộc đời ông luôn đầy gian khổ và không mấy thành công.
Et c'étaient les premières vacances qu'il ait jamais prises.
Và đây là kỳ nghỉ đầu tiên trong đời anh ấy.
Et, faute d'être occupé, il était devenu assez maladroit.
Và vì không có việc gì làm nên anh ta trở nên khá vụng về.
Ne serait-il pas préférable que la vieille mère gagne l'argent ?
Sẽ tốt hơn nếu người mẹ già tự kiếm tiền?
La vieille mère qui souffrait d'asthme.
Người mẹ già bị bệnh hen suyễn.
La vieille mère qui peinait à monter les escaliers.
Người mẹ già khó nhọc leo cầu thang.
La vieille mère qui passait son temps allongée sur le canapé.
Người mẹ già suốt ngày nằm dài trên ghế sofa.
La vieille mère qui préférait rester près de la fenêtre.
Bà cụ thích ngồi bên cửa sổ.
Pour qu'elle puisse reprendre son souffle quand elle en aurait besoin.
Để cô ấy có thể lấy lại hơi thở khi cần thiết.
Ne serait-il pas préférable que ce soit la jeune sœur qui gagne l'argent ?
Sẽ tốt hơn nếu cô em gái kiếm được tiền?
La sœur, qui à dix-sept ans n'était encore qu'une enfant.
Người em gái, khi đó mới mười bảy tuổi, vẫn chỉ là một đứa trẻ.
La sœur qui ne connaissait que quelques modestes plaisirs.
Người em gái chỉ có vài thú vui giản dị.

La sœur qui aimait surtout jouer du violon.
Người em gái chủ yếu thích chơi vĩ cầm.
Elle savait que son mode de vie antérieur était très enviable ;
Cô biết rằng lối sống trước đây của mình rất đáng ghen tị;
Bien s'habiller, faire la grasse matinée, aider à la maison.
Ăn mặc chỉnh tề, dậy muộn, giúp đỡ việc nhà.
La conversation tournait souvent autour de la nécessité de gagner de l'argent.
Cuộc trò chuyện thường xoay quanh nhu cầu kiếm tiền.
Gregor était toujours le premier à lâcher la porte.
Gregor luôn là người đầu tiên buông tay khỏi cửa.
Cette conversation l'avait rempli de honte et de chagrin.
Cuộc trò chuyện khiến anh ta nóng bừng vì xấu hổ và đau khổ.
Il se laissa donc tomber sur le canapé en cuir qui refroidissait.
Thế là anh ta nằm vật xuống chiếc ghế sofa da mát lạnh.
Et il passait souvent le reste de la nuit sur le canapé.
Và ông thường dành phần còn lại của đêm trên ghế sofa.
Il ne dormait jamais vraiment sur le canapé, ni la nuit.
Anh ấy chưa bao giờ thực sự ngủ trên ghế sofa, cũng chẳng bao giờ ngủ vào ban đêm.
Souvent, il se contentait de gratter le cuir pendant des heures.
Thường thì anh ta chỉ cào vào lớp da hàng giờ liền.
D'autres fois, il poussait le fauteuil jusqu'à la fenêtre.
Những lúc khác, ông lại đẩy chiếc ghế bành sát vào cửa sổ.
Cela a nécessité à lui seul beaucoup d'efforts de sa part.
Chỉ riêng điều này thôi đã đòi hỏi anh ấy phải nỗ lực rất nhiều.
Le fauteuil l'a aidé à ramper jusqu'au rebord de la fenêtre.
Chiếc ghế bành giúp anh ta trèo lên bệ cửa sổ.
Et de là, il put s'appuyer contre la fenêtre.
Và từ đó anh ta có thể tựa vào cửa sổ.
Il éprouvait un grand sentiment de liberté en faisant cela.
Trước đây, anh ấy cảm thấy rất tự do khi làm điều này.
Peut-être recherchait-il une sensation de liberté d'antan.

Có lẽ anh ấy đang tìm kiếm một cảm giác tự do, phóng khoáng xưa cũ.

Mais sa vue n'était plus aussi perçante qu'avant.

Nhưng thị lực của ông không còn sắc bén như trước nữa.

Les objets situés à une certaine distance étaient flous et indistincts.

Những vật ở khoảng cách hơi xa trông mờ ảo và không rõ nét.

Il ne pouvait plus voir l'hôpital de l'autre côté de la rue.

Ông không còn nhìn thấy bệnh viện bên kia đường nữa.

Avant, il maudissait le paysage, maintenant il voulait le voir.

Trước đây anh ta từng nguyền rủa cảnh tượng đó, giờ thì anh ta lại muốn chiêm ngưỡng nó.

Il savait qu'il habitait dans la paisible Charlottenstrasse, en pleine ville.

Anh biết mình đang sống ở phố Charlottenstrasse yên tĩnh, thuộc khu đô thị.

Mais il a peut-être cru qu'il regardait vers le désert.

Nhưng có lẽ ông ta đã nghĩ mình đang nhìn vào sa mạc.

Un désert où le ciel gris et la terre grise se confondaient.

Một vùng đất hoang tàn nơi bầu trời xám xịt và mặt đất xám xịt hòa quyện vào nhau.

La sœur attentive remarqua à deux reprises que la chaise avait bougé.

Hai lần người chị gái tinh ý nhận thấy chiếc ghế đã bị xê dịch.

Après avoir rangé, elle a repoussé la chaise vers la fenêtre.

Sau khi dọn dẹp xong, cô đẩy chiếc ghế lại gần cửa sổ.

Et désormais, elle laissait même la fenêtre ouverte.

Và từ đó trở đi, bà ấy thậm chí còn để cửa sổ mở.

Gregor aurait vraiment souhaité pouvoir parler à sa sœur.

Gregor thực sự ước mình có thể nói chuyện với em gái mình.

Il voulait la remercier pour tout ce qu'elle avait fait pour lui.

Anh ấy muốn cảm ơn cô ấy vì tất cả những gì cô ấy đã làm cho anh ấy.

Il aurait alors plus facilement toléré leurs services.

Khi đó, ông ta sẽ dễ dàng chấp nhận những dịch vụ của họ hơn.

Mais en l'état actuel des choses, il souffrait de son aide.

Nhưng thực tế, anh ta lại phải chịu thiệt thòi vì sự giúp đỡ của cô ấy.

La sœur, bien sûr, a tenté de dissimuler la gêne.

Dĩ nhiên, người chị gái đã cố gắng làm mờ đi sự ngượng ngùng.

Et elle faisait de son mieux pour feindre de ne pas se sentir accablée.

Và cô ấy đã cố gắng hết sức để giả vờ như không cảm thấy gánh nặng.

Bien sûr, c'est quelque chose qu'elle devait d'abord pratiquer.

Dĩ nhiên, đây là điều mà cô ấy phải luyện tập trước đã.

Et plus le temps passait, plus elle devenait douée.

Và thời gian trôi qua, cô ấy càng làm tốt hơn.

Mais Gregor eut également plus de temps pour constater sa supercherie.

Nhưng Gregor cũng có thêm thời gian để nhận ra sự giả tạo của cô ấy.

Même son entrée dans sa chambre était une épreuve pour lui.

Ngay cả việc cô bước vào phòng anh cũng là một thử thách đối với anh.

Dès qu'elle est entrée, elle a couru directement vers la fenêtre.

Vừa bước vào, cô ấy đã chạy thẳng đến cửa sổ.

Elle n'a même pas pris le temps de fermer la porte.

Cô ta thậm chí còn không buồn đóng cửa.

Normalement, elle épargnait à tout le monde la vue de la chambre de Gregor.

Thông thường, cô ấy sẽ không cho ai nhìn thấy phòng của Gregor.

Et elle ouvrit brusquement la fenêtre d'un geste rapide.

Và cô ấy vội vàng giật mạnh cửa sổ ra.

Puis elle reprit sa respiration comme si elle avait suffoqué.

Rồi cô ấy thở lại như thể vừa bị ngạt thở.

L'air qui entrait était froid, et elle respira profondément.

Luồng không khí ùa vào rất lạnh, và cô hít thở sâu.

Mais elle resta néanmoins un moment près de la fenêtre.

Nhưng dù vậy, cô vẫn đứng bên cửa sổ một lúc lâu.

Elle effrayait Gregor deux fois par jour avec ce rituel.

Cô ta dọa Gregor hai lần một ngày bằng thói quen này.

Pendant qu'elle était dans la pièce, il tremblait sous le canapé.

Trong lúc cô ấy ở trong phòng, anh ta đang run rẩy dưới gầm ghế sofa.

Il savait qu'elle aurait aimé lui épargner cette épreuve.

Anh biết cô ấy muốn giúp anh khỏi phải trải qua chuyện này.

Mais elle ne pouvait pas rester dans la pièce avec la fenêtre fermée.

Nhưng cô ấy không thể ở trong phòng khi cửa sổ đóng kín.

Il y a eu une fois où elle est arrivée un peu plus tôt.

Có một lần cô ấy đến sớm hơn một chút.

Probablement environ un mois après la transformation de Gregor.

Có lẽ khoảng một tháng sau khi Gregor biến hình.

Elle s'était plus ou moins habituée à sa nouvelle apparence.

Cô ấy đã phần nào quen với diện mạo mới của anh ấy.

Elle n'avait donc plus aucune raison d'être particulièrement choquée.

Vì vậy, cô ấy không còn lý do gì để quá sốc nữa.

Elle le trouva toujours immobile, le regard fixé par la fenêtre.

Cô thấy anh vẫn bất động nhìn chằm chằm ra ngoài cửa sổ.

Il se trouvait dans le pire endroit où il aurait pu être.

Anh ta đang ở trong hoàn cảnh tồi tệ nhất có thể.

Il n'aurait pas été surpris si elle n'était pas entrée.

Anh ta sẽ không ngạc nhiên nếu cô ấy không bước vào.

Il l'empêcha d'ouvrir la fenêtre.

Anh ta đã ngăn cản cô ấy mở cửa sổ.

Elle quitta rapidement la pièce et ferma la porte.

Cô nhanh chóng rời khỏi phòng và đóng cửa lại.

Un étranger aurait pu tirer toutes sortes de conclusions.

Một người lạ có thể đã đưa ra đủ loại kết luận.

Peut-être attendait-il simplement l'occasion de la mordre.

Có lẽ hắn chỉ đang chờ cơ hội để cắn cô ấy.

Gregor, bien sûr, s'est immédiatement caché sous le canapé.

Dĩ nhiên, Gregor lập tức trốn xuống gầm ghế sofa.

Mais il dut attendre midi pour que sa sœur revienne.

Nhưng anh phải đợi đến trưa thì em gái anh mới trở về.

Et elle semblait beaucoup plus agitée que d'habitude.

Và cô ấy có vẻ bồn chồn hơn hẳn so với thường ngày.

Il réalisa que sa vue lui était encore insupportable.

Anh nhận ra rằng việc nhìn thấy anh ta vẫn không thể chịu đựng nổi.

Sa vue allait lui rester insupportable.

Việc nhìn thấy anh ta sẽ mãi là điều không thể chịu đựng nổi đối với cô.

Elle ne pouvait probablement pas supporter de le voir, même partiellement.

Có lẽ cô ấy không thể chịu đựng nổi khi nhìn thấy bất kỳ phần nào của anh ta.

Une petite partie dépassait toujours de sous le canapé.

Một phần nhỏ luôn nhô ra từ gầm ghế.

Un jour, il transporta un drap sur son dos jusqu'au canapé.

Một ngày nọ, anh ta vác một tấm ga trải giường trên lưng đến ghế sofa.

Il voulait lui épargner de voir quoi que ce soit de lui.

Anh ta muốn che giấu mọi dấu vết của bản thân khỏi cô ấy.

Il arrangea le drap de façon à ce qu'il soit entièrement caché.

Anh ta sắp xếp tấm ga trải giường sao cho toàn thân mình được che khuất.

Même si elle se baissait, elle ne pourrait pas le voir.

Dù có cúi xuống, cô ấy cũng không thể nhìn thấy anh ta.

L'opération a pris à Gregor plus de trois heures.

Toàn bộ quá trình đó đã tiêu tốn của Gregor hơn ba tiếng đồng hồ.

Elle a peut-être pensé que le drap était inutile.

Có lẽ cô ấy nghĩ rằng tấm ga trải giường không cần thiết.

Elle aurait su qu'il ne voulait pas du drap.

Cô ấy hẳn đã biết rằng anh ta không muốn tấm ga trải giường đó.

Il le faisait pour son confort, et non pour lui-même.
Anh ấy làm vậy vì sự thoải mái của cô ấy, chứ không phải vì bản thân mình.
Et elle aurait pu enlever le drap si elle l'avait voulu.
Và cô ấy hoàn toàn có thể bỏ tấm ga trải giường đi nếu muốn.
Mais elle laissa le drap là où Gregor l'avait mis.
Nhưng cô vẫn để tấm ga trải giường ở chỗ Gregor đã đặt.
Et Gregor crut même avoir aperçu un regard reconnaissant.
Và Gregor thậm chí còn nghĩ rằng mình đã bắt gặp được một ánh nhìn biết ơn.
Il avait doucement soulevé le drap avec sa tête.
Anh ta nhẹ nhàng dùng đầu nhấc tấm ga trải giường lên.
Il voulait savoir si sa sœur appréciait cet arrangement.
Anh ấy muốn xem em gái mình có thích sự sắp xếp này không.

Les deux premières semaines ont été les plus difficiles pour les parents.
Hai tuần đầu tiên là khoảng thời gian khó khăn nhất đối với các bậc phụ huynh.
Ils n'ont pas eu le courage d'entrer et de le voir.
Họ không nỡ bước vào gặp ông ấy.
Il a surpris plusieurs de leurs conversations à cette époque.
Ông đã nghe lén được nhiều cuộc trò chuyện của họ vào thời điểm đó.
Ils ont pleinement reconnu tout ce que faisait la sœur.
Họ hoàn toàn ghi nhận mọi việc mà người chị gái đang làm.
Même s'ils étaient souvent agacés par elle.
Mặc dù trước đây họ thường hay khó chịu với cô ấy.
Parce qu'elle semblait être une fille un peu inutile.
Vì cô ấy có vẻ là một cô gái khá vô dụng.
C'étaient maintenant eux qui attendaient de l'autre côté de la pièce.
Giờ thì chính họ đang chờ đợi ở phía bên kia phòng.
Et c'est elle qui est entrée dans la pièce pour tout faire.
Và chính cô ấy là người vào phòng để làm mọi việc.
Dès qu'elle est sortie, ils ont voulu tout savoir.

Vừa bước ra, họ đã muốn biết mọi chuyện.

Elle a dû leur décrire précisément l'aspect de la pièce.

Cô ấy phải mô tả chính xác căn phòng trông như thế nào cho họ biết.

« Qu'est-ce que Gregor a mangé ? Comment s'est-il comporté cette fois-ci ? »

"Gregor đã ăn gì? Lần này anh ta cư xử như thế nào?"

«Y avait-il peut-être une légère amélioration à constater ?»

"Liệu có thể nhận thấy một chút cải thiện nào không?"

La mère, d'ailleurs, était en réalité plus courageuse.

Nhân tiện, người mẹ thực sự dũng cảm hơn.

Et bien sûr, c'était son propre fils qui se trouvait dans la pièce.

Và dĩ nhiên, người ở trong phòng lại chính là con trai bà.

Elle souhaitait en fait rendre visite à Gregor assez rapidement.

Thực ra, cô ấy muốn đến thăm Gregor trong thời gian khá sớm.

Mais au départ, son père et sa sœur l'ont retenue.

Nhưng ban đầu, người cha và người chị đã ngăn cản cô ấy.

Ils ont avancé des arguments très rationnels pour qu'elle n'y aille pas.

Họ đã đưa ra những lý lẽ rất hợp lý để thuyết phục cô ấy không nên đi.

Gregor écouta très attentivement leur raisonnement.

Gregor lắng nghe rất chăm chú những lời lý giải của họ.

Et il acceptait ce raisonnement autant que sa mère.

Và anh ta cũng chấp nhận lý lẽ đó giống như mẹ mình.

Plus tard, cependant, il a fallu la retenir par la force.

Tuy nhiên, sau đó, cô ấy đã phải bị giữ lại bằng vũ lực.

«Laissez-moi entrer voir Gregor, c'est mon malheureux fils !»

"Cho tôi vào gặp Gregor, nó là con trai bất hạnh của tôi!"

« Tu ne comprends pas que je dois aller le voir ? »

"Anh không hiểu là tôi phải đi gặp anh ấy sao?"

Gregor fut également convaincu par les arguments de sa mère.

Gregor cũng bị thuyết phục bởi những lời lẽ của mẹ mình.

Peut-être avait-elle raison ; ce serait bien qu'elle vienne.
Có lẽ cô ấy nói đúng; sẽ tốt hơn nếu cô ấy đến đây.
Le voir tous les jours serait beaucoup trop lourd.
Việc đến gặp anh ấy mỗi ngày sẽ là quá sức.
Mais le voir une fois par semaine suffirait peut-être.
Nhưng gặp anh ấy khoảng một lần một tuần có lẽ là đủ rồi.
Elle pourrait comprendre les choses bien mieux que sa sœur.
Có lẽ cô ấy hiểu mọi việc tốt hơn nhiều so với người chị gái.
Malgré tout son courage, elle n'était encore qu'une enfant.
Dù rất dũng cảm, cô bé vẫn chỉ là một đứa trẻ.
**Peut-être une insouciance enfantine l'a-t-elle poussée à
entreprendre cette tâche.**
Có lẽ sự liều lĩnh trẻ con đã khiến cô ấy nhận nhiệm vụ đó.
**Mais le souhait de Gregor de revoir sa mère se réalisa
bientôt.**
Nhưng ước muốn được gặp mẹ của Gregor chẳng mấy chốc
đã thành hiện thực.
Durant la journée, Gregor se tenait à l'écart de la fenêtre.
Ban ngày Gregor tránh xa cửa sổ.
Il a agi ainsi par égard pour ses parents.
Anh ấy làm vậy vì tôn trọng cha mẹ mình.
Il n'avait pas beaucoup de place pour ramper sur le sol.
Cậu bé không có nhiều không gian để bò trên sàn nhà.
Il avait du mal à rester immobile pendant la nuit.
Anh ấy cảm thấy khó nằm yên suốt đêm.
Manger ne lui procurait plus le moindre plaisir.
Việc ăn uống không còn mang lại cho anh ta chút niềm vui
nào nữa.
Bien sûr, il devait trouver un moyen de se distraire.
Dĩ nhiên anh ta phải tìm cách nào đó để xao nhãng bản thân.
Pour se divertir, il grimpait et descendait les murs.
Để giải trí, cậu ta bò lên bò xuống các bức tường.
Et il rampait aussi le long du plafond, la tête en bas.
Và anh ta còn bò dọc theo trần nhà, trong tư thế lộn ngược.
**Il était particulièrement heureux lorsqu'il était suspendu au
plafond.**
Anh ấy đặc biệt vui vẻ khi được treo lơ lửng trên trần nhà.

C'était complètement différent de s'allonger par terre.
Nó hoàn toàn khác so với việc nằm trên sàn nhà.
Il trouvait qu'il respirait beaucoup plus facilement dans cette position.
Anh ấy thấy dễ thở hơn nhiều ở tư thế này.
Une légère mais agréable vibration parcourut son corps.
Một cảm giác rung nhẹ nhưng dễ chịu lan tỏa khắp cơ thể anh.
Parfois, il se laissait même trop aller à son bonheur.
Đôi khi, anh ấy thậm chí còn quá đắm chìm trong niềm hạnh phúc của mình.
Il lui arrivait d'être distrait et de lâcher prise du plafond.
Đôi khi anh ấy bị phân tâm và buông tay khỏi trần nhà.
Et à sa propre surprise, il atterrit de nouveau sur le sol.
Và chính anh ta cũng ngạc nhiên khi đáp xuống đất.
Mais il maîtrisait bien mieux son corps qu'auparavant.
Nhưng anh ấy đã kiểm soát cơ thể mình tốt hơn nhiều so với trước đây.
Ainsi, il ne se blessait plus lors de chutes aussi importantes.
Vì vậy, anh ấy không bị thương nặng sau những cú ngã lớn như vậy.
Sa sœur remarqua immédiatement le nouveau plaisir de Gregor.
Cô em gái lập tức nhận thấy niềm vui mới của Gregor.
Et on retrouvait des traces de colle là où il avait rampé.
Và có dấu vết keo dính ở nơi cậu bé đã bò qua.
Là encore, la sœur pensa au bien-être de Gregor.
Lúc này, người chị lại nghĩ đến sức khỏe của Gregor.
Il apprécierait peut-être d'avoir plus d'espace pour ramper.
Có lẽ cậu ấy sẽ thích có nhiều không gian hơn để bò trườn.
Et l'idée s'est fermement ancrée dans son esprit.
Và ý nghĩ đó đã ăn sâu vào tâm trí cô.
Certains meubles volumineux entravaient sa liberté de mouvement.
Một số đồ nội thất lớn đã cản trở sự di chuyển tự do của anh ấy.
Il ne travaillait plus, il n'avait donc plus besoin du bureau.
Ông ấy không còn đi làm nữa nên không cần đến cái bàn đó.

Et la boîte prenait plus de place que nécessaire. *

Và chiếc hộp đó cũng chiếm nhiều diện tích hơn mức cần thiết. ***

La sœur n'était pas en mesure de déplacer ces choses seule.

Người chị không thể tự mình di chuyển những đồ đạc này.

Bien sûr, elle n'osait pas demander de l'aide à son père.

Dĩ nhiên là cô ấy không dám nhờ cha giúp đỡ.

La bonne ne l'aurait certainement pas aidée non plus.

Người hầu gái chắc chắn cũng sẽ không giúp cô ấy.

La nouvelle femme de ménage était en réalité un an plus jeune qu'elle.

Thực tế, người giúp việc mới lại trẻ hơn cô ấy một tuổi.

Elle avait courageusement endossé le rôle de l'ancienne bonne.

Cô ấy đã dũng cảm đảm nhận lại vai trò của người hầu gái trước đây.

Mais il y avait un privilège auquel elle tenait absolument.

Nhưng có một đặc quyền mà bà ấy nhất quyết đòi hỏi.

Elle voulait que la cuisine reste verrouillée en permanence.

Cô ấy muốn khóa cửa nhà bếp mọi lúc.

La sœur n'avait donc pas d'autre choix que de demander à sa mère.

Vì vậy, người chị không còn cách nào khác ngoài việc hỏi ý kiến mẹ.

La mère est venue à son secours en poussant des cris de joie.

Với những tiếng reo vui sướng, người mẹ đã chạy đến giúp.

Mais elle se tut devant la porte de la chambre de Gregor.

Nhưng nàng im lặng đứng trước cửa phòng Gregor.

La sœur a vérifié que tout était en ordre dans la chambre.

Người chị gái kiểm tra xem mọi thứ trong phòng có ổn không.

Gregor avait tiré précipitamment encore plus fort sur le drap.

Gregor vội vàng kéo tấm ga trải giường chặt hơn nữa.

Bien que le drap-housse paraisse encore disposé au hasard.

Mặc dù tấm ga trải giường vẫn được sắp xếp một cách ngẫu nhiên.

Et ce n'est qu'alors qu'elle laissa sa mère entrer dans la pièce.

Và chỉ khi đó cô mới cho phép mẹ mình vào phòng.

Gregor s'abstint également d'espionner sous le drap.

Gregor cũng không lén nhìn trộm từ dưới tấm chăn.

Il a décidé de ne pas voir sa mère cette fois-ci.

Lần này anh quyết định không gặp mẹ.

Gregor était déjà content qu'elle soit venue.

Gregor đã khá vui vì cô ấy đã đến.

«Entrez, vous ne pouvez pas le voir», dit la sœur.

"Vào đi, em không nhìn thấy anh ấy đâu," người chị nói.

Gregor supposa qu'elle tenait sa mère par la main.

Gregor cho rằng cô bé đang nắm tay mẹ mình dẫn đi.

Puis il entendit les deux femmes, faibles, déplacer les meubles.

Rồi ông nghe thấy hai người phụ nữ yếu ớt đang di chuyển đồ đạc.

La sœur semblait s'attribuer la majeure partie du travail.

Có vẻ như người chị gái đã nhận hầu hết công việc về mình.

Sa mère craignait qu'elle ne s'épuise.

Mẹ cô lo sợ cô sẽ làm việc quá sức.

Mais la sœur n'a prêté aucune attention à ces avertissements.

Nhưng người chị gái chẳng hề để ý đến những lời cảnh báo đó.

Mais même après quinze minutes, les progrès étaient très lents.

Nhưng ngay cả sau mười lăm phút, tiến độ vẫn rất chậm.

Ils n'avaient pas réussi à déplacer les meubles très loin.

Họ đã không thể di chuyển đồ đạc đi được xa.

Ils commençaient lentement à ressentir un sentiment de défaite.

Họ dần dần bắt đầu cảm thấy thất bại.

La mère fut la première à reconnaître l'inutilité de la démarche.

Người mẹ là người đầu tiên thừa nhận sự vô ích của việc đó.

« Il vaudrait peut-être mieux laisser la boîte ici. »

"Có lẽ nên để chiếc hộp ở đây thì tốt hơn."

« Le carton est trop lourd pour que nous puissions le déplacer plus loin. »

"Chiếc thùng quá nặng nên chúng tôi không thể di chuyển
thêm được nữa."
**« Et nous n'aurons pas terminé avant l'arrivée de votre père.
»**
"Và chúng ta sẽ không kết thúc trước khi bố cậu đến."
« Laisser la boîte ici lui barrerait encore plus le passage. »
"Để chiếc hộp ở đây sẽ càng cản trở đường đi của anh ấy hơn
nữa."
« Et pouvons-nous être sûrs de lui rendre service ? »
"Và liệu chúng ta có thể chắc chắn rằng mình đang giúp đỡ
anh ấy không?"
**Ils commencèrent à penser que le contraire pourrait bien être
vrai.**
Họ bắt đầu nghĩ rằng điều ngược lại rất có thể là sự thật.
La vue du mur vide lui pesait lourdement sur le cœur.
Cảnh tượng bức tường trống trơn khiến lòng cô nặng trĩu.
Qui nous dit que Gregor ne ressentirait pas la même chose ?
Ai dám chắc Gregor lại không cảm thấy như vậy?
«Il est déjà habitué aux meubles de sa chambre.»
"Cậu ấy đã quen với đồ đạc trong phòng rồi."
**«Il pourrait se sentir encore plus abandonné dans une pièce
vide.»**
"Anh ấy có thể cảm thấy bị bỏ rơi hơn nữa trong một căn
phòng trống."
**À ce moment-là, sa voix s'était presque réduite à un
murmure.**
Lúc này giọng cô ấy gần như đã hạ xuống thành tiếng thì
thầm.
Elle ignorait en réalité où se trouvait exactement Gregor.
Thực ra, cô ấy không hề biết chính xác Gregor đang ở đâu.
Elle ne voulait même pas qu'il entende sa voix.
Cô ấy thậm chí không muốn anh ta nghe thấy giọng nói của
mình.
Bien qu'elle fût certaine qu'il ne la comprenait pas.
Mặc dù cô chắc chắn rằng anh ấy không hiểu cô.
**« N'aurait-on pas l'impression de l'avoir complètement
abandonné ? »**

"Chẳng phải điều đó giống như chúng ta đã hoàn toàn từ bỏ hy vọng vào anh ấy sao?"

«N'aura-t-il pas l'impression qu'on le laisse se débrouiller seul ?»

"Chẳng phải anh ấy sẽ cảm thấy như chúng ta đang bỏ mặc anh ấy tự xoay xở sao?"

«Nous devrions laisser la pièce exactement comme elle était.»

"Chúng ta nên trả lại căn phòng y hệt như lúc ban đầu."

« Gregor finira par nous revenir comme avant. »

"Cuối cùng Gregor sẽ trở lại với chúng ta như trước kia."

«Alors il constatera que tout est encore à sa place.»

"Rồi ông ấy sẽ thấy mọi thứ vẫn còn nguyên vẹn như cũ."

« Et il oubliera beaucoup plus facilement la période intermédiaire. »

"Và anh ấy sẽ dễ dàng quên đi giai đoạn chuyển tiếp đó hơn."

En entendant ces mots, Gregor réalisa quelque chose.

Khi Gregor nghe những lời này, anh ta nhận ra điều gì đó.

Son esprit était devenu confus au cours des deux derniers mois.

Trong hai tháng qua, đầu óc anh ta trở nên rối bời.

Le manque d'interactions humaines ne lui avait pas fait de bien.

Việc thiếu tương tác với người khác đã không tốt cho anh ấy.

Il avait vraiment besoin de la vie monotone au sein de sa famille.

Anh ấy thực sự cần cuộc sống đơn điệu bên gia đình mình.

Pourquoi aurait-il formulé une demande aussi absurde autrement ?

Nếu không thì tại sao anh ta lại đưa ra một yêu cầu vô lý như vậy?

Quel sens pouvait-il y avoir à vider sa chambre ?

Việc dọn sạch phòng của anh ta thì có ý nghĩa gì chứ?

La chambre confortable est meublée de meubles hérités.

Căn phòng thoải mái được trang bị nội thất thừa kế.

Pourquoi voudrait-il transformer cette chaleur familière en une grotte ?

Tại sao anh ta lại muốn biến nơi ấm áp quen thuộc này thành một hang động?

Une grotte où il pouvait ramper en toute tranquillité dans toutes les directions.

Một hang động nơi anh ta có thể thoải mái bò trườn theo mọi hướng.

Mais une grotte où il oublia rapidement son passé humain.

Nhưng đó là một hang động nơi anh ta nhanh chóng quên đi quá khứ con người của mình.

Il se demandait s'il était déjà sur le point d'oublier.

Anh tự hỏi liệu mình đã sắp quên mất điều đó hay chưa.

La voix de sa mère l'avait secoué et lui avait fait se souvenir.

Giọng nói của mẹ anh đã khiến anh nhớ lại.

La voix qu'il n'avait pas entendue depuis si longtemps.

Đó là giọng nói mà anh đã không được nghe trong một thời gian dài.

Il ne fallait rien enlever ; tout devait rester.

Không được phép dỡ bỏ bất cứ thứ gì; mọi thứ đều phải được giữ nguyên.

Le mobilier a eu un effet positif sur son état.

Đồ nội thất đã có tác động tích cực đến tình trạng sức khỏe của anh ấy.

Et il ne pouvait pas s'en sortir sans ce lien avec le passé.

Và anh ấy không thể sống thiếu đi điểm tựa từ quá khứ này.

Les meubles l'empêchaient de ramper sans but.

Đồ đạc đã ngăn cản việc anh ta bò lê một cách vô nghĩa.

Mais ce n'était pas une perte ; c'était au contraire un grand avantage.

Nhưng đó không phải là một mất mát; ngược lại, đó là một lợi thế lớn.

Malheureusement, sa sœur avait un avis très différent.

Thật không may, người chị lại có ý kiến hoàn toàn khác.

Elle était en quelque sorte devenue la porte-parole de Gregor.

Cô ấy phần nào trở thành người phát ngôn cho Gregor.

Bien sûr, son opinion n'était pas totalement injustifiée.

Dĩ nhiên, ý kiến của cô ấy không hoàn toàn vô căn cứ.

Mais l'opinion de sa mère devait être contredite ici.
Nhưng ý kiến của mẹ cô ấy cần phải được phản bác ở đây.
Il ne s'agissait plus seulement d'enlever la boîte.
Không chỉ có chiếc hộp cần phải được dỡ bỏ.
Son bureau et son armoire ne pouvaient pas rester en place non plus.
Bàn làm việc và tủ quần áo của ông ấy cũng không thể giữ lại được.
La seule chose indispensable était le canapé.
Thứ duy nhất không thể thiếu là chiếc ghế sofa.
Elle n'a pas pris cette décision par simple rébellion enfantine.
Cô ấy không quyết định như vậy chỉ vì sự ương bướng trẻ con.
Ce n'était pas non plus sa confiance en soi récemment acquise.
Đó cũng không phải là sự tự tin mà cô ấy mới có được gần đây.
La nouvelle confiance qu'elle avait acquise lui a permis de travailler si dur pour gagner.
Cô ấy có thêm sự tự tin để nỗ lực hết mình giành chiến thắng.
Même si personne ne s'attendait à ce qu'elle y parvienne.
Mặc dù không ai ngờ cô ấy có thể làm được điều đó.
Gregor avait vraiment besoin de beaucoup d'espace pour ramper.
Gregor quả thực cần rất nhiều không gian để bò.
Le mobilier ne faisait que réduire l'espace dont il disposait.
Đồ đạc chỉ giới hạn không gian mà anh ấy có thể sử dụng.
Elle était capable de mieux voir ces choses que sa mère.
Cô ấy có khả năng nhìn nhận những điều này tốt hơn người mẹ.
Mais peut-être que son esprit romantique a aussi joué un rôle.
Nhưng có lẽ tinh thần lãng mạn của cô ấy cũng đóng một vai trò nhất định.
Les filles de cet âge acquièrent souvent un certain enthousiasme.

Các cô gái ở độ tuổi đó thường có một sự nhiệt tình nhất định.

Et ils éprouvent le besoin d'obtenir ce qu'ils veulent chaque fois qu'ils le peuvent.

Và họ luôn cảm thấy cần phải đạt được điều mình muốn bất cứ khi nào có thể.

C'est peut-être pour cela qu'elle voulait le saboter en secret.

Có lẽ đó là lý do tại sao cô ấy muốn bí mật phá hoại kế hoạch của anh ta.

Il est encore plus terrifiant lorsqu'il rampe sur les murs.

Hắn ta còn đáng sợ hơn khi bò trên tường.

Les parents n'osaient plus entrer dans la pièce.

Cha mẹ không còn dám bước vào phòng nữa.

Elle serait véritablement la seule à prendre soin de son frère.

Cô ấy sẽ thực sự là người chăm sóc duy nhất cho em trai mình.

Elle ne laissa pas sa mère la persuader du contraire.

Cô ấy không để mẹ mình thuyết phục mình làm điều khác đi.

La mère de Gregor se sentait déjà mal à l'aise dans la pièce.

Mẹ của Gregor đã cảm thấy bất an trong phòng.

Elle cessa bientôt de parler et aida de nouveau sa fille.

Cô ấy nhanh chóng ngừng nói và lại giúp đỡ con gái mình.

Avec leurs forces restantes, ils ont enlevé l'armoire.

Với chút sức lực còn lại, họ đã khiêng được chiếc tủ quần áo.

La commode, il pouvait s'en passer.

Chiếc tủ ngăn kéo là thứ mà anh ta có thể sống thiếu.

Mais le bureau allait devoir rester en place pour le moment.

Nhưng chiếc bàn tạm thời vẫn phải ở đó.

Pendant l'absence des femmes, il tenta d'évaluer la pièce.

Trong lúc những người phụ nữ rời đi, anh ta cố gắng quan sát căn phòng.

Et Gregor passa la tête sous le canapé.

Và Gregor thò đầu ra từ dưới ghế sofa.

Il devait voir ce qu'il pouvait faire face à la situation.

Anh ta phải xem mình có thể làm gì để giải quyết tình huống này.

Mais il a été aussi prudent et attentionné que possible.

Nhưng ông ấy đã cẩn thận và chu đáo hết mức có thể.

Malheureusement, c'est la mère qui est revenue la première.
Thật không may, người mẹ là người trở về trước.
Grete était encore en train de déplacer l'armoire dans la pièce voisine.
Grete vẫn đang di chuyển chiếc tủ quần áo ở phòng bên cạnh.
Mais la mère n'était pas habituée à la vue de Gregor.
Nhưng người mẹ không quen nhìn thấy Gregor.
Un simple aperçu de lui aurait pu la rendre malade.
Chỉ cần thoáng nhìn thấy anh ta thôi cũng đủ khiến cô ấy phát ốm.
Gregor recula précipitamment jusqu'à l'autre bout du canapé.
Gregor vội vã lùi về phía cuối ghế sofa.
Mais il ne pouvait pas reculer et maintenir le drap en équilibre.
Nhưng anh ta không thể lùi lại và giữ cho tấm ga trải giường cân bằng.
Ce mouvement suffit à attirer l'attention de la mère.
Cử động đó đủ để thu hút sự chú ý của người mẹ.
Elle marqua une pause et resta immobile un bref instant.
Cô ấy dừng lại và đứng im trong giây lát.
Puis elle se retourna et sortit de la pièce.
Sau đó, cô quay người và đi ra khỏi phòng.
Gregor se répétait sans cesse que rien d'inhabituel ne s'était produit.
Gregor cứ tự nhủ với mình rằng không có chuyện gì bất thường xảy ra.
« Ce ne sont que quelques meubles qui ont été emportés. »
"Chỉ là một số đồ đạc bị dọn đi thôi."
Mais il dut bientôt admettre que ces événements l'avaient affecté.
Nhưng chẳng mấy chốc ông phải thừa nhận rằng những sự kiện đó đã ảnh hưởng đến mình.
Les femmes disaient tout ce qu'elles faisaient.
Những người phụ nữ ấy đã kể hết mọi việc họ đang làm.
Ils faisaient des allers-retours dans la pièce.
Họ đã đi đi lại lại trong phòng.

Le bruit des meubles qui grattent le sol.

Tiếng cọ xát của tất cả đồ đạc trên sàn nhà.

Il avait l'impression d'être assailli de toutes parts.

Anh ta cảm thấy như mình đang bị tấn công từ mọi phía.

Il replia sa tête et ses jambes aussi fort qu'il le put.

Anh ta co đầu và chân lại hết mức có thể.

De toutes ses forces, il plaqua son corps au sol.

Anh ta dồn hết sức lực ép người xuống đất.

Il savait qu'il ne pourrait pas supporter tout cela encore longtemps.

Anh ấy biết mình không thể chịu đựng tất cả những điều này lâu hơn nữa.

Ils ont vidé sa chambre et ont pris tout ce qu'il aimait.

Họ dọn sạch phòng anh ấy và lấy đi tất cả những thứ anh ấy yêu quý.

Ils avaient déjà pris la boîte contenant tous ses outils.

Họ đã lấy mất chiếc hộp đựng tất cả dụng cụ của anh ta rồi.

Ils étaient en train de déloger son lourd bureau du sol.

Lúc này họ đang nới lỏng chiếc bàn nặng trịch của ông ta khỏi mặt đất.

Le bureau sur lequel il avait travaillé en rentrant du travail.

Chiếc bàn mà anh ấy đã làm việc sau khi tan sở.

Le bureau sur lequel il avait noté ses missions professionnelles.

Chiếc bàn mà anh ấy dùng để viết các bài tập kinh doanh.

Le bureau sur lequel il avait fait ses devoirs au collège.

Chiếc bàn mà anh ấy đã dùng để làm bài tập về nhà hồi trung học.

Oui, il avait déjà eu ce bureau à l'école primaire.

Đúng vậy, anh ấy đã có chiếc bàn này từ hồi tiểu học rồi.

Il n'a vraiment pas eu le temps de vérifier leurs bonnes intentions.

Ông ấy thực sự không có thời gian để xác nhận thiện chí của họ.

Bien qu'il ait presque oublié leur présence.

Mặc dù anh ta gần như đã quên mất sự hiện diện của họ.

Parce qu'ils travaillaient en silence, épuisés.

Vì kiệt sức nên họ làm việc trong im lặng.

Ils étaient trop fatigués pour annoncer leurs mouvements maintenant.

Họ quá mệt mỏi để thông báo về hành tung của mình lúc này.

Il n'entendait que leurs lourds pas sur le sol.

Tất cả những gì anh nghe thấy chỉ là tiếng bước chân nặng nề của họ trên sàn nhà.

À ce moment précis, ils étaient appuyés contre la boîte.

Đúng lúc đó, họ đang dựa vào chiếc hộp.

Et c'est alors que Gregor est sorti de sous le canapé.

Và đó là lúc Gregor chui ra từ gầm ghế sofa.

Il a changé de direction à quatre reprises.

Anh ta đã thay đổi hướng chạy tới bốn lần.

Il n'arrivait pas à se décider quel objet sauver en premier.

Anh ấy không thể quyết định món đồ nào cần được cứu trước.

Soudain, son attention fut attirée par le mur vide.

Đột nhiên, sự chú ý của anh ta hướng về bức tường trống.

Ils ne lui avaient laissé que la photo de la dame en fourrure.

Tất cả những gì họ để lại cho anh ta chỉ là bức ảnh người phụ nữ mặc áo lông thú.

Il rampa jusqu'à la photo pour coller son corps contre le sien.

Anh ta bò đến gần bức tranh và áp sát người vào cô ấy.

Et son corps masquait complètement la vue de la photo.

Và toàn bộ cơ thể anh ta che khuất khung hình.

Le verre le soutenait et apaisait son ventre brûlant.

Chiếc ly nâng đỡ anh ta và làm dịu cơn nóng trong bụng.

On ne pouvait plus lui enlever cette photo.

Không thể lấy lại bức ảnh này từ anh ấy nữa.

Puis il tourna la tête vers la porte du salon.

Sau đó, anh ta quay đầu về phía cửa phòng khách.

Il allait les regarder retourner dans la pièce.

Anh ta định quan sát khi những người phụ nữ quay trở lại phòng.

Et ils ne se reposèrent pas longtemps avant de revenir.

Và họ không nghỉ ngơi lâu trước khi quay trở lại.

Grete avait le bras autour de sa mère pour l'aider à marcher.

Grete vòng tay qua người mẹ để giúp mẹ đi lại.

« Que prenons-nous maintenant ? » demanda Grete en regardant autour d'elle.

"Giờ chúng ta nên lấy gì đây?" Grete nói và nhìn quanh.

À ce moment précis, son regard croisa celui de Gregor.

Đúng lúc đó, ánh mắt cô chạm phải ánh mắt của Gregor.

Malgré le choc, elle a gardé son sang-froid.

Mặc dù bị sốc, cô ấy vẫn giữ được sự bình tĩnh.

Probablement uniquement à cause de la présence de sa mère.

Có lẽ chỉ vì sự hiện diện của mẹ cô ấy.

Elle pencha le visage vers sa mère, lui cachant la vue.

Cô bé cúi mặt về phía mẹ, che khuất tầm nhìn của bà.

Et puis elle dit, d'une voix tremblante et sans réfléchir :

Rồi cô ấy nói, giọng run run và thiếu suy nghĩ:

«Allez, on ne devrait pas retourner au salon ?»

"Thôi nào, chúng ta quay lại phòng khách thôi chứ?"

Gregor comprenait aisément les intentions de sa sœur.

Gregor dễ dàng hiểu được ý định của người chị.

Sa priorité absolue était de mettre sa mère en sécurité.

Ưu tiên hàng đầu của cô là đưa mẹ mình đến nơi an toàn.

Mais ensuite, elle allait le poursuivre depuis le mur.

Nhưng rồi cô ấy định đuổi theo anh ta từ trên tường xuống.

« Eh bien, elle peut toujours essayer ! » pensa Gregor.

"Chắc chắn cô ấy có thể thử!" Gregor nghĩ thầm.

Il s'assit fermement sur son tableau et ne le lâcha pas.

Ông ta ngồi vững trên bức tranh của mình và không chịu buông ra.

Il aurait préféré sauter au visage de sa sœur.

Hắn thà nhảy bổ vào mặt người em gái hơn.

Mais les paroles de Grete avaient encore plus inquiété sa mère.

Nhưng những lời của Grete lại khiến mẹ cô lo lắng hơn nữa.

Elle s'écarta pour voir ce qu'on lui cachait.

Cô bước sang một bên để xem điều gì đang bị giấu kín.

Et elle vit la tache brune sur le papier peint à fleurs.

Và cô ấy nhìn thấy vết ố màu nâu trên giấy dán tường có hoa văn.

Et elle a crié avant même de réaliser que c'était Gregor.

Và cô ấy hét lên trước cả khi nhận ra đó là Gregor.

« Oh mon Dieu ! » hurla-t-elle en tendant les bras.

"Ôi Chúa ơi!", cô ấy hét lên, hai tay dang rộng.

Et elle s'est effondrée sur le canapé comme si elle avait renoncé.

Và cô ấy ngã vật xuống ghế sofa như thể đã bỏ cuộc.

« Gregor ! » cria sa sœur en levant le poing.

"Gregor!" người chị hét lên với nắm đấm giơ cao.

Et elle lui lança un regard long, dur et pénétrant.

Và cô ấy nhìn anh ta chằm chằm, sắc lạnh và thấu suốt.

C'était la première fois qu'elle lui parlait directement.

Đây là lần đầu tiên cô ấy nói chuyện trực tiếp với anh ấy.

Elle a couru dans la pièce voisine pour aller chercher des sels d'ammoniaque.

Cô ấy chạy vào phòng bên cạnh để lấy thuốc trợ tim.

Elle devait ramener sa mère à la conscience.

Cô ấy phải làm cho mẹ mình tỉnh lại.

Gregor voulait aider, il pourrait sauvegarder la photo plus tard.

Gregor muốn giúp, cậu ấy có thể lưu bức ảnh sau.

Mais il s'était solidement collé à la vitre.

Nhưng anh ta đã bị mắc kẹt cứng vào tấm kính.

Il a donc dû s'arracher à ce point en utilisant beaucoup de force.

Vì vậy, anh ta phải dùng rất nhiều sức để gỡ mình ra.

Il courut lui aussi dans la pièce voisine, où se trouvait sa sœur.

Anh ta cũng chạy vào phòng kế bên, nơi người chị đang ở.

Autrefois, il aurait pu lui donner quelques conseils.

Ngày xưa, ông ấy có thể đã cho cô ấy vài lời khuyên.

Mais à présent, il ne pouvait rien faire d'autre que rester là, impuissant, et regarder.

Nhưng giờ đây anh ta chẳng thể làm gì ngoài việc đứng nhìn một cách bất lực.

Elle fouilla dans le tiroir, ouvrant diverses bouteilles.

Cô lục lọi trong ngăn kéo, mở nhiều chai lọ khác nhau.

Et il lui faisait encore peur quand elle se retournait.

Và anh ta vẫn làm cô sợ hãi mỗi khi cô quay người lại.

Une bouteille est tombée par terre, s'est cassée et a éclaté.

Một cái chai rơi xuống sàn, vỡ tan thành từng mảnh.

Un éclat de verre a frappé Gregor au visage et l'a blessé.

Một mảnh kính vỡ bắn trúng mặt Gregor và làm anh bị thương.

La bouteille contenait une sorte de liquide caustique.

Chiếc chai đó chứa một loại chất lỏng ăn mòn nào đó.

Et maintenant, le liquide corrosif brûlait le visage de Gregor.

Và lúc này, chất lỏng ăn mòn đang thiêu đốt khuôn mặt của Gregor.

Sa sœur, cependant, n'avait pas de temps à consacrer à Gregor pour le moment.

Tuy nhiên, người chị gái không có thời gian để dành cho Gregor lúc này.

Elle ramassa autant de bouteilles qu'elle put.

Cô ấy nhặt càng nhiều chai càng tốt.

Et elle est retournée en courant vers sa mère avec les médicaments.

Rồi cô bé chạy về phía mẹ với thuốc.

Elle claqua la porte du pied, empêchant Gregor d'entrer.

Cô ta dùng chân đóng sầm cửa, ngăn Gregor ở bên ngoài.

Il était désormais coupé de sa mère, potentiellement mourante.

Giờ đây, anh ta bị chia cắt khỏi người mẹ đang hấp hối của mình.

S'il ouvrait la porte, il chasserait sa sœur.

Nếu anh ta mở cửa, anh ta sẽ đuổi người em gái đi.

Mais bien sûr, elle devait rester pour s'occuper de sa mère.

Nhưng dĩ nhiên cô ấy phải ở lại để chăm sóc người mẹ.

Il ne pouvait plus rien faire d'autre qu'attendre.

Giờ anh ta chẳng còn cách nào khác ngoài chờ đợi họ.

Rongé par les remords et l'anxiété, il se mit à ramper.

Bị dày vò bởi sự tự trách móc và lo lắng, anh ta bắt đầu bò.

Il rampait partout : sur les murs, les meubles, le plafond.

Nó bò khắp mọi nơi; tường, đồ đạc, trần nhà.

Il avait l'impression que toute la pièce tournait autour de lui.

Anh ta cảm thấy như cả căn phòng đang quay cuồng xung quanh mình.

Finalement, désespéré et pris de vertiges, il retomba.

Cuối cùng, trong tuyệt vọng và chóng mặt, anh ta ngã xuống.

Et il est tombé directement sur la grande table de la salle à manger.

Và anh ta ngã ngay lên chiếc bàn ăn lớn.

Il resta allongé là un certain temps, engourdi et incapable de bouger.

Anh ta nằm đó một lúc lâu, tê liệt và không thể cử động.

Il était épuisé par tout ce que cette journée lui avait apporté.

Anh ấy kiệt sức vì tất cả những gì mà ngày hôm nay đã mang đến cho anh ấy.

Le silence régnait partout, mais c'était peut-être bon signe.

Mọi thứ xung quanh đều yên tĩnh, nhưng có lẽ đó là một dấu hiệu tốt.

Puis, brisant le silence, la sonnette retentit à l'extérieur.

Rồi, phá tan sự im lặng, tiếng chuông cửa bên ngoài reo lên.

La bonne, bien sûr, s'était enfermée dans sa cuisine.

Dĩ nhiên, người hầu gái đã tự nhốt mình trong bếp.

La sœur était donc la seule à pouvoir ouvrir la porte.

Vậy nên người chị là người duy nhất có thể mở cửa.

« Que s'est-il passé ? » fut la première question du père.

"Chuyện gì đã xảy ra vậy?" là câu hỏi đầu tiên người cha hỏi.

L'apparence de Grete lui avait probablement tout dit.

Vẻ ngoài của Grete có lẽ đã nói cho anh ta biết tất cả.

La voix de Grete devint étouffée et monotone tandis qu'elle parlait.

Giọng Grete trở nên nhỏ dần và trầm đục khi cô ấy nói.

Elle a dû enfouir son visage contre la poitrine de son père.

Chắc hẳn cô bé đã áp mặt vào ngực cha mình.

« Maman était inconsciente, mais elle va mieux maintenant. »

"Mẹ tôi đã bất tỉnh, nhưng giờ bà ấy đã cảm thấy tốt hơn rồi."

« Gregor s'est échappé », a-t-elle ajouté, ce à quoi il s'attendait.

"Gregor đã trốn thoát," cô ấy nói thêm, điều mà anh ta đã
đoán trước.

« Je vous l'ai toujours dit, il allait s'échapper un jour. »

"Tôi vẫn luôn nói với anh rằng một ngày nào đó hắn sẽ trốn
thoát."

**« Mais vous, les femmes, vous ne vouliez pas m'écouter,
n'est-ce pas ? »**

"Nhưng các bà không chịu nghe lời tôi, phải không?"

**Gregor comprit rapidement comment son père verrait les
choses.**

Gregor nhanh chóng nhận ra cha mình sẽ nhìn nhận mọi việc
như thế nào.

Il avait mal interprété le message trop bref de Grete.

Anh ta đã hiểu sai thông điệp quá ngắn gọn của Grete.

Il supposa que Gregor avait commis un acte de violence.

Ông ta cho rằng Gregor đã phạm phải một hành vi bạo lực
nào đó.

**Gregor devait trouver un moyen d'apaiser son père d'une
manière ou d'une autre.**

Gregor phải tìm cách làm hài lòng cha mình bằng mọi giá.

Parce qu'il n'avait pas le temps de lui expliquer les choses.

Vì anh ấy không có thời gian để giải thích mọi việc cho anh ấy
hiểu.

**Mais de toute façon, il n'aurait pas été capable d'expliquer
les choses.**

Nhưng dù sao thì ông ấy cũng không thể giải thích được mọi
chuyện.

Il s'est donc enfui vers la porte et s'y est plaqué.

Vì vậy, anh ta vội chạy đến cửa và nép sát vào cửa.

Ainsi, son père pourrait le voir depuis l'antichambre.

Như vậy, bố anh có thể nhìn thấy anh từ phòng chờ.

Et il pourrait constater qu'il avait les meilleures intentions.

Và anh ấy sẽ nhận ra rằng mình có ý định tốt.

Il n'était pas nécessaire de le repousser avec un balai.

Không cần thiết phải dùng chổi đẩy anh ta lùi lại.

Il aurait suffi que le père ouvre la porte.

Người cha chỉ cần mở cửa là xong.

Mais il n'était pas d'humeur à remarquer de telles subtilités.

Nhưng anh ta không có tâm trạng để ý đến những chi tiết nhỏ nhặt đó.

« Te voilà ! » s'exclama-t-il dès qu'il entra.

"Cuối cùng thì cậu cũng đến rồi!" anh ta reo lên ngay khi bước vào.

C'était comme s'il était à la fois en colère et heureux.

Dường như anh ta vừa tức giận vừa vui mừng cùng một lúc.

Il recula la tête et leva les yeux vers son père.

Anh ta rụt đầu lại và nhìn lên người cha.

Il n'avait pas imaginé son père debout là, dans cette position.

Anh ấy không hề tưởng tượng bố mình lại đứng đó như thế này.

Mais ces derniers temps, il s'était trouvé une nouvelle distraction.

Nhưng gần đây, anh ấy đã tìm thấy một thú vui mới.

Ramper occupait désormais une grande partie de sa journée.

Việc bò trườn chiếm phần lớn thời gian trong ngày của cậu bé.

Auparavant, il se tenait au courant de toutes les nouvelles dans l'appartement.

Trước đây, anh ấy thường xuyên theo dõi mọi tin tức trong khu chung cư.

Mais ces derniers temps, il n'y avait pas prêté beaucoup d'attention.

Nhưng dạo gần đây anh ấy không để ý nhiều lắm.

Il aurait dû se préparer à faire face aux changements.

Lẽ ra ông ấy nên chuẩn bị tinh thần để đối mặt với những thay đổi.

Pour autant, cet homme qui se tenait devant lui était-il encore son père ?

Tuy nhiên, người đàn ông trước mặt ông ta liệu vẫn còn là cha ruột của ông ta không?

Était-ce le même homme qui avait l'habitude de rester allongé, fatigué, dans son lit ?

Liệu ông ấy có phải là người đàn ông từng nằm mệt mỏi trên giường như trước kia không?

Alors que Gregor était déjà parti en voyage d'affaires.

Khi Gregor đã đi công tác.

Était-ce le même homme qui le saluait le soir ?

Liệu đó có phải là người đàn ông đã chào hỏi ông ấy mỗi tối không?

Lorsqu'il était en robe de chambre, dans son fauteuil.

Khi đó ông đang mặc áo choàng tắm và ngồi trên ghế bành.

Était-ce le même homme qui n'avait pas pu se lever pour l'accueillir ?

Liệu ông ta có phải là người đàn ông đã không thể đứng dậy để chào đón anh ấy không?

Restant assis, il leva le bras en signe de joie.

Vì vậy, vẫn ngồi yên, anh ta giơ tay lên như một dấu hiệu của niềm vui.

Était-ce le même homme avec qui il faisait parfois des promenades ?

Liệu ông ta có phải là người đàn ông mà ông ta thỉnh thoảng đi dạo cùng không?

Exceptionnellement : quelques dimanches par an, ou les jours fériés.

Trong những dịp hiếm hoi: một vài ngày Chủ nhật mỗi năm, hoặc các ngày lễ.

Était-ce le même homme qui marchait, enveloppé dans son pardessus ?

Liệu ông ta có phải là người đàn ông đã đi lại với chiếc áo khoác dài quen thuộc không?

S'est-il lentement avancé, entre la mère et lui ?

Liệu cậu bé có từ từ tiến về phía trước, giữa người mẹ và cậu?

Et ils marchaient déjà lentement à cause de lui.

Và vì có anh ta nên họ đã đi chậm lại.

Mais à présent, cet homme se tenait droit et fort.

Nhưng giờ đây người đàn ông này đã đứng vững vàng và thẳng lưng.

Il portait un uniforme bleu à boutons dorés.

Ông ta mặc bộ đồng phục màu xanh dương với cúc áo màu vàng.

Les badges que portent les employés des institutions bancaires.

Những chiếc cúc áo mà nhân viên của các tổ chức ngân hàng thường đeo.

Au-dessus du col rigide, son double menton prononcé se dessinait.

Phía trên chiếc cổ áo cứng nhắc, cằm hai ngấn của ông ta hiện ra.

Sous ses sourcils broussailleux, ses yeux noirs fixaient le vide.

Dưới hàng lông mày rậm rạp, đôi mắt đen láy nhìn ra ngoài.

À présent, ses yeux paraissaient perçants, frais et alertes.

Giờ đây, đôi mắt anh ta trông sắc sảo, tươi tỉnh và đầy cảnh giác.

Les cheveux blancs, auparavant ébouriffés, étaient désormais peignés.

Mái tóc trắng trước đó rối bù giờ đã được chải gọn gàng.

Et ses cheveux étaient désormais coiffés d'une raie centrale méticuleuse.

Và giờ đây, mái tóc của anh ta được chải chuốt tỉ mỉ theo đường rẽ ngôi giữa.

Il jeta son chapeau, orné d'un monogramme en or.

Ông ta ném chiếc mũ có gắn chữ lồng bằng vàng của mình xuống.

Il s'agissait probablement du monogramme de la banque pour laquelle il travaillait.

Có lẽ đó là chữ viết tắt của ngân hàng nơi ông ấy làm việc.

Et le chapeau atterrit sur le canapé, pour être rangé plus tard.

Và chiếc mũ rơi xuống ghế sofa, để cất đi sau.

Il repoussa le bas de sa longue veste d'uniforme.

Anh ta vén vạt áo khoác dài đồng phục lên.

Et il mit ses pouces dans les poches de son pantalon.

Và anh ta đút ngón tay cái vào túi quần.

Puis, le visage sombre, il s'avança vers Gregor.

Rồi với vẻ mặt nghiêm nghị, anh ta bước về phía Gregor.

Il ne savait probablement même pas ce qu'il comptait faire.

Có lẽ chính anh ta cũng không biết mình định làm gì.

Mais il leva néanmoins les pieds exceptionnellement haut.

Tuy nhiên, anh ta vẫn nhấc chân lên cao một cách bất thường.

Gregor était stupéfait par la taille énorme de ses bottes.

Gregor kinh ngạc trước kích thước khổng lồ của đôi ủng.

Mais il n'y avait vraiment pas le temps de s'extasier devant ses chaussures.

Nhưng thực sự không có thời gian để trầm trồ trước đôi giày của anh ấy.

Le père avait opté pour une discipline très stricte.

Người cha đã quyết định áp dụng kỷ luật rất nghiêm khắc.

Seule la plus grande sévérité convenait à Gregor.

Chỉ có hình phạt nghiêm khắc nhất mới thích hợp dành cho Gregor.

Il le savait dès le premier jour de sa transformation.

Anh ta đã biết điều này ngay từ ngày đầu tiên quá trình biến đổi của mình diễn ra.

Il courut vers son père et s'arrêta quand celui-ci s'arrêta.

Cậu bé chạy đến chỗ cha mình và dừng lại khi cha cậu cũng dừng lại.

Il se précipita de nouveau vers lui lorsqu'il bougea à nouveau.

Hắn lại vội vã chạy về phía anh ta khi anh ta cử động lần nữa.

Le père marqua une pause, et Gregor fit de même.

Người cha dừng lại một lát, và Gregor cũng vậy.

Et il se précipita de nouveau en avant dès que son père eut bougé.

Và cậu ta lại lao về phía trước ngay khi cha cậu ta vừa di chuyển.

Ils firent ainsi plusieurs fois le tour de la pièce.

Cứ như vậy, họ đi vòng quanh phòng vài lần.

Aucun avantage décisif n'avait encore été obtenu par qui que ce soit.

Cho đến nay, chưa bên nào giành được lợi thế quyết định.

On n'aurait pas pu avoir l'impression d'une poursuite.

Không ai có thể có cảm giác đây là một cuộc rượt đuổi.

Parce que tout l'événement se déroulait beaucoup trop lentement.

Vì toàn bộ sự việc diễn ra quá chậm.

Gregor avait décidé de rester au sol.

Gregor đã quyết định rằng anh ta sẽ ở lại trên mặt đất.

Il aurait pu courir le long des murs et du plafond.

Cậu ta hoàn toàn có thể chạy dọc theo các bức tường và trần nhà.

Mais il ne voulait pas provoquer inutilement le père.

Nhưng anh ta không muốn chọc giận người cha một cách không cần thiết.

Une telle évasion aurait pu paraître particulièrement perverse.

Một cuộc trốn thoát như vậy có vẻ đặc biệt tàn ác.

Gregor admit que cette poursuite ne pourrait pas durer beaucoup plus longtemps.

Gregor thừa nhận cuộc rượt đuổi này không thể kéo dài thêm được nữa.

Chaque étape nécessitait une myriade de mouvements.

Mỗi bước đi đều đòi hỏi vô số động tác phức tạp.

Il commençait déjà à avoir le souffle court.

Anh ấy bắt đầu cảm thấy khó thở.

Même avant cela, il n'avait jamais eu des poumons totalement fiables.

Ngay cả trước đây, phổi của ông ấy cũng chưa bao giờ hoàn toàn khỏe mạnh.

Il avançait en titubant, économisant ses forces pour la course.

Anh ta lê bước khó nhọc, dành sức lực cho chặng chạy.

Il était si fatigué qu'il avait du mal à garder les yeux ouverts.

Anh ấy mệt đến nỗi hầu như không thể mở mắt nổi.

Ses pensées étaient devenues trop lentes pour qu'il puisse envisager d'autres solutions.

Suy nghĩ của anh ta trở nên quá chậm chạp đến nỗi không còn nghĩ đến những lối thoát khác.

Il avait presque oublié que les murs étaient à sa disposition.

Anh ta gần như quên mất rằng những bức tường này luôn sẵn sàng để anh ta sử dụng.

Mais les murs étaient de toute façon dissimulés derrière des meubles.

Nhưng dù sao thì các bức tường cũng bị che khuất bởi đồ đạc.

Et les meubles avaient trop d'encoches et de saillies.

Và đồ nội thất có quá nhiều vết lõm và chỗ lồi.

Et puis, juste à côté de lui, en roulant, il y avait une pomme.

Và rồi, ngay bên cạnh anh ta, lăn tròn, là một quả táo.

Il réalisa que la pomme avait dû lui être lancée.

Anh ta nhận ra rằng quả táo chắc hẳn đã bị ném vào mình.

Mais il n'eut pas le temps de réfléchir qu'une autre pomme arriva.

Nhưng anh ta chưa kịp suy nghĩ gì thì một quả táo khác đã đến.

Gregor resta figé, sous le choc de la nouvelle stratégie de son père.

Gregor sững sờ vì kinh ngạc trước chiến lược mới của người cha.

Il ne pouvait plus rien gagner à essayer de fuir.

Anh ta không còn có thể đạt được lợi ích gì từ việc cố gắng chạy trốn nữa.

Le père avait décidé de le bombarder de fruits.

Người cha đã quyết định cho con ăn thật nhiều trái cây.

Il avait rempli ses poches avec les fruits du bol de la cuisine.

Anh ta đã lấy đầy túi quần bằng trái cây trong tô bếp.

Sans viser particulièrement, il lançait pomme après pomme.

Không nhắm mục tiêu cụ thể nào, anh ta cứ ném hết quả táo này đến quả táo khác.

Ces petites pommes rouges roulaient sur le sol.

Những quả táo nhỏ màu đỏ này lăn lộn trên mặt đất.

Comme électrifiées, les pommes se heurtèrent les unes aux autres.

Như thể bị điện giật, những quả táo va vào nhau.

Une des pommes, lancée mollement, a effleuré le dos de Gregor.

Một trong những quả táo được ném yếu ớt đã sượt qua lưng Gregor.

Heureusement pour lui, la pomme a glissé sans le blesser.

May mắn thay, quả táo đó đã trượt đi mà không gây ra thiệt hại gì.

Cependant, la pomme lancée ensuite était plus précise.

Tuy nhiên, quả táo ném sau đó lại chính xác hơn.

Et cette pomme s'est logée profondément dans le dos de Gregor.

Và quả táo này găm sâu vào lưng Gregor.

Gregor voulait s'éloigner de la douleur.

Gregor chỉ muốn thoát khỏi nỗi đau.

Peut-être pourrait-on échapper à cette nouvelle douleur inimaginable.

Có lẽ nỗi đau mới, không thể tin nổi này có thể được tránh khỏi.

Un changement d'endroit pourrait peut-être soulager son supplice.

Có lẽ việc chuyển đến nơi khác sẽ giúp anh ấy bớt đau khổ.

Mais il avait l'impression d'être cloué au sol.

Nhưng anh cảm thấy như thể mình bị đóng đinh xuống sàn nhà.

Il s'étira, mais seulement à cause de sa confusion.

Anh ta duỗi người ra, nhưng chỉ vì quá bối rối.

Ce n'est qu'à son dernier regard qu'il vit la porte s'ouvrir.

Chỉ đến khi liếc nhìn lần cuối, anh ta mới thấy cánh cửa mở ra.

La mère s'est précipitée devant sa sœur qui hurlait.

Người mẹ lao ra che chắn cho người em gái đang la hét.

Sa sœur l'avait déshabillée, elle était donc encore en chemise.

Người chị đã cởi hết quần áo của cô ấy, nên giờ cô ấy chỉ còn mặc áo sơ mi.

Elle avait besoin de respirer pendant son inconscience.

Cô ấy cần không gian để thở trong lúc bất tỉnh.

Il voyait encore la mère courir vers le père.

Anh vẫn còn nhìn thấy cảnh người mẹ chạy về phía người cha.

Ses jupes glissèrent au sol, l'une après l'autre.

Những chiếc váy của cô lần lượt tuột xuống đất.

Il la vit s'approcher du père et trébucher sur sa jupe.

Anh ta thấy cô ấy tiến lại gần người cha và vấp phải váy của cô ấy.

L'enlaçant, elle demanda qu'on épargne la vie de Gregor.

Ôm lấy anh, nàng cầu xin tha mạng cho Gregor.

En parfaite harmonie avec son corps, sa vue s'est éteinte.

Do cơ thể hoàn toàn hòa nhập, thị lực của ông ta đã suy giảm.

Troisième partie
Phần ba

Gregor a souffert de cette grave blessure pendant plus d'un mois.

Gregor bị thương nặng và phải chịu đựng hơn một tháng trời.

La pomme restait incrustée ; personne n'osait l'enlever.

Quả táo vẫn nằm nguyên ở đó; không ai dám lấy nó ra.

La pomme restait plantée dans sa chair comme un rappel visible.

Quả táo vẫn còn nằm trong thịt anh ta như một lời nhắc nhở hữu hình.

Mais la pomme servait aussi de rappel au père.

Nhưng quả táo cũng là lời nhắc nhở dành cho người cha.

Il comprit que Gregor ne devait pas être traité comme un ennemi.

Ông nhận ra rằng không nên đối xử với Gregor như một kẻ thù.

Actuellement, son apparence pourrait être triste et repoussante.

Hiện tại vẻ ngoài của anh ta có thể trông buồn bã và ghê tởm.

Mais il restait néanmoins un membre de leur famille.

Tuy nhiên, ông vẫn là một thành viên trong gia đình họ.

Il a fallu accepter et tolérer cette réticence.

Sự miễn cưỡng đó phải được nuốt xuống và chịu đựng.

En raison de sa blessure, il risque fort de perdre sa mobilité à jamais.

Do vết thương, khả năng di chuyển của anh ấy có thể bị mất vĩnh viễn.

Il continuait à ramper dans sa chambre, mais beaucoup plus lentement.

Cậu bé vẫn bò quanh phòng, nhưng chậm hơn nhiều.

Ramper à une quelconque hauteur était hors de question.

Việc bò trườn ở bất kỳ độ cao nào đều là điều không thể.

Mais Gregor a bien reçu une forme de compensation.

Nhưng Gregor cũng nhận được một số khoản bồi thường.

Le soir, la porte du salon lui fut ouverte.

Buổi tối, cửa phòng khách được mở ra cho anh ấy.

Et il estimait que ces réparations étaient tout à fait adéquates.

Và ông cảm thấy những khoản bồi thường này hoàn toàn thỏa đáng.

Avant le soir, il avait déjà commencé à surveiller la porte.

Trước khi trời tối, anh ta đã bắt đầu theo dõi cửa.

Il était allongé dans l'obscurité, invisible depuis le salon.

Anh ta nằm im trong bóng tối, khuất khỏi tầm nhìn của phòng khách.

Il pouvait voir toute la famille à la table illuminée.

Ông có thể nhìn thấy cả gia đình đang quây quần bên chiếc bàn sáng đèn.

Il était désormais autorisé à écouter leurs conversations.

Giờ đây, anh ta được phép nghe lén các cuộc trò chuyện của họ.

C'était très différent de leur arrangement précédent.

Điều này hoàn toàn khác so với thỏa thuận trước đây của họ.

Les conversations animées d'autrefois étaient terminées.

Những cuộc trò chuyện sôi nổi trước đây đã chấm dứt.

C'étaient ces conversations qu'il désirait tant.

Đây chính là những cuộc trò chuyện mà trước đây anh luôn mong chờ.

Lorsqu'il dormait seul dans de petites chambres d'hôtel.

Khi anh ấy ngủ một mình trong những phòng khách sạn nhỏ.

Quand il a dû se jeter dans les draps humides.

Khi anh ta phải vùi mình vào đống chăn ga ẩm ướt.

Mais les soirées étaient désormais généralement calmes et sans incident.

Nhưng giờ đây, các buổi tối hầu hết đều yên tĩnh và không có gì đặc biệt.

Le père s'est endormi dans son fauteuil après le dîner.
Người cha ngủ thiếp đi trên ghế bành sau bữa tối.
Et la mère et la sœur s'exhortaient mutuellement à se taire.
Và người mẹ và người chị khuyên nhau giữ im lặng.
La mère, penchée très haut sur la lampe, cousait du lin.
Người mẹ, cúi người sát vào ngọn đèn, may vá vải lanh.
Elle confectionne maintenant des robes pour l'un des magasins de mode.
Cô ấy hiện đang may váy cho một trong những cửa hàng thời trang.
Comme Gregor, sa sœur avait trouvé un emploi de vendeuse.
Giống như Gregor, người em gái cũng nhận một công việc bán hàng.
Elle apprenait la sténographie et le français le soir.
Cô ấy học tốc ký và tiếng Pháp vào buổi tối.
Afin qu'elle puisse peut-être obtenir un meilleur poste plus tard.
Để sau này cô ấy có thể kiếm được một vị trí công việc tốt hơn.
Parfois, le père se réveillait de sa sieste du soir.
Thỉnh thoảng, người cha tỉnh giấc giữa những giấc ngủ trưa.
« Chérie, tu as déjà cousu tellement longtemps aujourd'hui ! »
"Em yêu, hôm nay em may vá lâu quá rồi!"
Il semblait avoir oublié qu'il dormait.
Dường như anh ta đã quên mất rằng mình vừa ngủ.
Mais il retombait aussitôt dans son sommeil.
Nhưng anh ta lập tức lại chìm vào giấc ngủ.
Et la mère et la sœur s'échangèrent un sourire las.
Và người mẹ và người chị mỉm cười mệt mỏi nhìn nhau.
Le père avait développé une étrange nouvelle obstination.
Người cha bỗng trở nên bướng bỉnh một cách kỳ lạ.
Même chez lui, il refusait d'enlever son uniforme de domestique.
Ngay cả khi về nhà, ông ta cũng không chịu cởi bộ đồng phục người hầu.

Et son peignoir pendait inutilement sur le cintre.
Và chiếc áo choàng tắm của ông ta treo vô dụng trên móc.
Le père dormit donc, tout habillé, dans son fauteuil.
Vậy là người cha ngủ say sưa trên chiếc ghế bành, vẫn mặc nguyên quần áo.
C'était comme s'il était toujours prêt à rendre service.
Dường như anh ấy luôn sẵn sàng phục vụ.
Comme s'il attendait simplement la voix de son supérieur.
Như thể anh ta chỉ đang chờ đợi giọng nói của cấp trên.
Cela a eu pour conséquence que son uniforme a perdu sa propreté.
Điều này khiến bộ đồng phục của anh ta bị mất đi sự sạch sẽ.
Bien que l'uniforme ne fût pas neuf lorsqu'il l'a reçu.
Mặc dù bộ đồng phục đó cũng không phải là mới khi anh ấy nhận được.
Et la mère faisait de son mieux pour prendre soin de l'uniforme.
Và người mẹ đã cố gắng hết sức để giữ gìn bộ đồng phục.
Gregor passait des soirées entières à contempler cet uniforme.
Gregor đã dành cả buổi tối để ngắm nhìn bộ đồng phục này.
Il observa le vieil homme dormir très mal.
Anh ta quan sát ông lão ngủ một cách rất khó chịu.
Mais dans son sommeil, il remarqua aussi quelque chose de paisible.
Nhưng trong giấc ngủ, ông cũng nhận thấy một điều gì đó bình yên.
Lorsque l'horloge a sonné dix heures, la mère a essayé de le réveiller.
Khi đồng hồ điểm mười giờ, người mẹ cố gắng đánh thức con trai.
Elle lui parla doucement et le persuada d'aller se coucher.
Cô ấy nói nhỏ nhẹ và thuyết phục anh ấy đi ngủ.
Parce que dormir sur un fauteuil, ce n'était pas du vrai sommeil.
Vì ngủ trên ghế bành không phải là giấc ngủ thực sự.
Il allait devoir commencer à travailler à six heures.

Anh ấy sẽ phải bắt đầu làm việc lúc sáu giờ.

Il avait donc vraiment besoin de dormir le mieux possible.

Vì vậy, anh ấy thực sự cần ngủ đủ giấc.

Mais il était pris d'une nouvelle forme d'obstination.

Nhưng ông ta đã bị cuốn vào một dạng bướng bỉnh mới.

Le fait de devenir serviteur avait commencé à avoir cet effet sur lui.

Việc trở thành người hầu đã bắt đầu có tác động như vậy đối với anh ta.

Il insistait donc toujours pour rester plus longtemps à table.

Vì vậy, ông ấy luôn khăng khăng muốn ở lại bàn ăn lâu hơn.

Bien qu'il se rendormît régulièrement dans son fauteuil.

Mặc dù vậy, ông ta vẫn thường xuyên ngủ gật trên ghế.

Et il ne pouvait être déplacé qu'avec la plus grande difficulté.

Và việc lay chuyển ông ta vô cùng khó khăn.

Il a fallu lui dire que ce lit lui conviendrait mieux.

Anh ấy cần được khuyên rằng nằm giường sẽ tốt hơn cho mình.

La mère et la sœur ont dû insister, malgré quelques avertissements.

Mẹ và chị gái đã phải kiên trì nhắc nhở nhiều lần.

Pendant quinze minutes, il se contenta de secouer lentement la tête.

Suốt mười lăm phút, ông ta chỉ lắc đầu chậm rãi.

Et il garda les yeux fermés et refusa de se lever.

Và ông vẫn nhắm mắt, nhất quyết không chịu đứng dậy.

La mère tira doucement, mais fermement, sur sa manche.

Người mẹ nhẹ nhàng nhưng dứt khoát kéo tay áo con trai.

Et elle lui murmurait des mots flatteurs à l'oreille, encore fatiguée.

Và nàng thì thầm những lời ngon ngọt vào tai anh ta, dù anh ta đang mệt mỏi.

La sœur a interrompu sa tâche pour aider sa mère.

Người em gái bỏ dở công việc đang làm để giúp đỡ mẹ.

Mais aucun de leurs efforts n'a fonctionné sur le père.

Nhưng không một nỗ lực nào của họ có tác dụng với người
cha.

**Il s'enfonça encore plus profondément dans son fauteuil,
prêt à dormir.**

Anh ta ngả người sâu hơn vào ghế, chuẩn bị ngủ.

Et finalement, les femmes l'ont attrapé sous les aisselles.

Và cuối cùng, những người phụ nữ túm lấy anh ta dưới nách.

Il ouvrit les yeux et les regarda tour à tour.

Anh ta mở mắt và nhìn họ luân phiên.

« Quelle vie ! » se plaignit-il en allant se coucher.

"Cuộc sống này thật là khổ sở," anh ta than thở trước khi đi
ngủ.

« Est-ce là la paix qui m'a été accordée dans ma vieillesse ? »

"Đây có phải là sự bình yên mà tôi nhận được ở tuổi già?"

**Mais alors, s'appuyant sur les deux femmes, il se leva
maladroitement.**

Nhưng rồi, dựa vào hai người phụ nữ, anh ta đứng dậy một
cách vụng về.

Il agissait comme s'il portait le fardeau le plus lourd.

Anh ta hành động như thể đang gánh trên vai một gánh nặng
vô cùng lớn.

Il laissa les deux femmes le conduire au fond de la pièce.

Anh ta để hai người phụ nữ dẫn mình đến cuối phòng.

Là, il leur souhaita bonne nuit et poursuivit son chemin seul.

Tại đó, ông chào tạm biệt họ và tiếp tục cuộc hành trình của
mình.

Mais la mère jeta précipitamment son nécessaire à couture.

Nhưng người mẹ vội vàng ném bộ dụng cụ may vá xuống.

Et la sœur posa elle aussi le stylo et le bloc-notes.

Và người chị cũng đặt bút và sổ tay xuống.

Et ils coururent derrière le père pour l'aider davantage.

Và họ chạy theo sau người cha để giúp đỡ ông ấy thêm nữa.

**Qui, dans cette famille surmenée, avait du temps à consacrer
à Gregor ?**

Trong gia đình bận rộn này, ai mà có thời gian dành cho
Gregor chứ?

Qui aurait pu lui accorder plus d'attention que nécessaire ?

Ai lại dành cho anh ta nhiều sự quan tâm hơn mức cần thiết chứ?

Le budget des ménages est devenu de plus en plus restreint.

Ngân sách gia đình ngày càng bị hạn chế.

Finalement, pour faire des économies, ils ont dû licencier la bonne.

Cuối cùng, để tiết kiệm tiền, họ buộc phải sa thải người giúp việc.

Elle fut remplacée par une femme à la carrure imposante et aux cheveux blancs.

Bà ấy được thay thế bằng một người phụ nữ có vóc dáng to lớn, tóc bạc.

Mais cette femme ne venait que le matin et le soir.

Nhưng người phụ nữ này chỉ đến vào buổi sáng và buổi tối.

Et tout le travail le plus lourd et le plus pénible lui avait été réservé.

Và tất cả những công việc nặng nhọc và khó khăn nhất đều dành cho cô ấy.

Toutes les autres tâches ménagères étaient prises en charge par la mère.

Mọi việc nhà khác đều do người mẹ đảm nhiệm.

Il est même arrivé que plusieurs bijoux de famille soient vendus.

Thậm chí, một số đồ trang sức gia truyền cũng đã bị bán đi.

Des bijoux que les femmes avaient portés avec joie lors des festivités.

Những món trang sức mà phụ nữ đã vui vẻ đeo trong các buổi lễ.

Gregor a appris cela lors d'une discussion générale.

Gregor biết được điều này từ một trong những buổi thảo luận chung.

Le principal grief, cependant, portait sur autre chose.

Tuy nhiên, lời phàn nàn lớn nhất lại là một điều khác.

L'appartement était trop grand, mais ils ne pouvaient pas déménager.

Căn hộ quá rộng, nhưng họ không thể chuyển đi.

Il était impossible de déplacer Gregor.

Không có cách nào họ có thể di dời Gregor được.

Mais Gregor comprit que ce n'était pas seulement une question de considération.

Nhưng Gregor nhận ra rằng đó không chỉ là sự quan tâm.

Quelque chose d'autre les a empêchés de déménager ailleurs.

Một lý do khác đã ngăn cản họ chuyển đến nơi khác.

Il aurait facilement pu être transporté dans une caisse appropriée.

Ông ta hoàn toàn có thể được vận chuyển trong một chiếc hộp phù hợp.

Leur sentiment de désespoir total les a paralysés.

Cảm giác tuyệt vọng tột cùng đã kìm hãm họ.

Ils ne voulaient pas admettre que le malheur les avait frappés.

Họ không muốn thừa nhận rằng tai họa đã ập đến với mình.

Ils ont accompli ce que le monde exige des pauvres.

Những gì thế giới đòi hỏi ở người nghèo, họ đã đáp ứng được.

Le père a apporté le petit déjeuner au jeune employé de banque.

Người cha mang bữa sáng đến cho cô nhân viên ngân hàng nhỏ tuổi.

La mère s'est sacrifiée pour laver le linge d'inconnus.

Người mẹ đã hy sinh bản thân mình để giặt giũ quần áo cho người lạ.

La sœur faisait des allers-retours pour prendre les commandes des clients.

Cô em gái chạy đi chạy lại để nhận đơn đặt hàng của khách.

Mais ils n'avaient tout simplement plus la force d'en faire plus.

Nhưng họ không còn đủ sức để làm gì hơn nữa.

La blessure dans le dos de Gregor commença à le faire encore plus souffrir.

Vết thương trên lưng Gregor bắt đầu đau hơn.

Chaque soir, la mère et la sœur amenaient le père au lit.

Mỗi đêm, mẹ và chị gái đều đưa bố lên giường ngủ.

Ils laissèrent leur travail où il était et s'assirent ensemble.

Họ gác lại công việc tại chỗ và ngồi lại với nhau.

Ils se rapprochèrent et s'assirent joue contre joue.

Rồi họ xích lại gần nhau hơn, ngồi sát bên cạnh.

La mère désigna la pièce d'où il observait.

Người mẹ chỉ vào căn phòng nơi cậu bé đang quan sát.

« Pourriez-vous fermer la porte ? » demanda-t-elle à sa sœur.

"Em đóng cửa lại đi," cô ấy yêu cầu người chị.

Et Gregor se retrouva de nouveau seul dans le noir.

Và rồi Gregor lại bị bỏ lại một mình trong bóng tối.

Et dans la pièce voisine, la femme mêla leurs larmes.

Và ở phòng bên cạnh, người phụ nữ ấy đã hòa lẫn những giọt nước mắt của họ.

Ou bien ils restaient assis, les yeux secs, fixant simplement la table.

Hoặc họ ngồi đó, mắt không hề rơi, chỉ chăm chú nhìn chằm chằm vào bàn.

Gregor ne dormait pratiquement pas, ni la nuit ni le jour.

Gregor hầu như không ngủ chút nào, cả ngày lẫn đêm.

Il réfléchissait souvent à la façon dont il pourrait aider sa famille.

Anh ấy thường nghĩ về việc làm thế nào để có thể giúp đỡ gia đình đó.

Il songea à gagner à nouveau de l'argent pour eux.

Anh ấy đã nghĩ đến việc kiếm tiền lại cho họ.

Il songea à faire ce qu'il faisait autrefois pour eux.

Anh ấy đã nghĩ đến việc làm những điều mà trước đây anh ấy vẫn từng làm cho họ.

Le représentant autorisé lui revint dans ses pensées.

Trong tâm trí ông, người đại diện được ủy quyền lại hiện về.

Et cette fois, le patron est également venu à l'appartement.

Lần này, ông chủ cũng đến căn hộ.

Et les commis et les apprentis étaient là aussi.

Và các nhân viên văn phòng cùng các học việc cũng có mặt ở đó.

Même le domestique un peu simplet est venu le voir.

Ngay cả anh chàng nhân viên chậm hiểu cũng đến gặp ông.

Il y avait deux ou trois amis d'autres entreprises.

Có hai hoặc ba người bạn từ các công ty khác đến dự.

Une des femmes de chambre d'un hôtel de province.

Một trong những nữ nhân viên dọn phòng tại một khách sạn ở tỉnh lẻ.

Un souvenir précieux et fugace auquel il s'efforçait de s'accrocher.

Một kỷ niệm thân thương và thoáng qua mà anh ấy cố gắng níu giữ.

Une caissière d'une chapellerie pour laquelle il avait des intentions.

Một nhân viên thu ngân tại cửa hàng mũ, người mà anh ta có tình cảm.

Mais il avait été un peu trop lent à obtenir son approbation.

Nhưng anh ta đã hơi chậm chân trong việc giành được sự chấp thuận của cô ấy.

Ils lui apparurent tous, mêlés à des inconnus.

Tất cả bọn họ đều hiện lên trong tâm trí anh, lẫn lộn với những người xa lạ.

Et d'autres n'apparurent pas ; ils étaient déjà oubliés.

Còn những người khác thì không xuất hiện; họ đã bị lãng quên.

Mais ils ne l'ont pas aidé, ni lui, ni sa famille.

Nhưng họ không giúp anh ta, cũng không giúp gia đình anh ta.

Ils étaient inaccessibles, et il était content quand ils sont partis.

Họ ở ngay gần đó, và anh ta mừng khi họ rời đi.

Il n'était pas toujours d'humeur à se soucier de sa famille.

Không phải lúc nào ông ấy cũng có tâm trạng để lo lắng cho gia đình.

Et il était rempli de rage à cause de ce manque d'attention.

Và ông ta vô cùng tức giận vì không được quan tâm.

Et il ne pouvait imaginer rien qui puisse lui faire envie.

Và anh ta không thể tưởng tượng ra bất cứ thứ gì mà mình thèm ăn.

Mais il avait tout de même prévu de cambrioler le garde-manger.

Nhưng hắn vẫn lên kế hoạch đột nhập vào kho chứa thức ăn.

Et il allait prendre tout ce qui lui était dû.

Và hắn ta sẽ lấy tất cả những gì mình xứng đáng được nhận.

Sa sœur ne faisait plus aucun effort particulier pour lui.

Người chị gái không còn dành bất kỳ sự quan tâm đặc biệt nào cho anh ấy nữa.

Elle ne consacrait plus de temps à chercher à lui plaire.

Cô ấy không còn dành thời gian để nghĩ đến việc làm hài lòng anh ấy nữa.

Avant d'aller travailler, elle a rapidement glissé de la nourriture dans la pièce.

Trước khi đi làm, cô ấy nhanh chóng đẩy một ít đồ ăn vào phòng.

Et le soir venu, elle a rapidement ramassé les restes.

Và đến tối, bà ấy lại nhanh chóng quét sạch thức ăn thừa.

Elle ne faisait plus attention à savoir s'il avait mangé ou non.

Cô ấy không còn để ý đến việc anh ta đã ăn hay chưa nữa.

Le plus souvent, la nourriture restait intacte.

Giờ đây, thức ăn thường bị bỏ lại nguyên vẹn.

Elle continuait de traverser la pièce rapidement le soir.

Cô ấy vẫn nhanh chóng quét mắt khắp phòng vào buổi tối.

Mais maintenant, elle se contentait du strict minimum, aussi vite que possible.

Nhưng lúc này, cô chỉ làm những việc tối thiểu, nhanh nhất có thể.

Des traînées de saleté jonchaient les murs.

Những vệt bụi bẩn còn sót lại dọc theo các bức tường.

Des boules de poussière et de détritus jonchaient le sol.

Bụi bẩn và rác thải vương vãi khắp sàn nhà.

Gregor manifesta son désapprobation face à son manque d'attention.

Gregor tỏ ra không hài lòng trước sự thiếu quan tâm của cô ấy.

Il se tourna selon un angle particulièrement significatif.

Anh ta xoay người ở một góc độ đặc biệt quan trọng.

Mais il aurait pu rester à ce poste pendant des semaines.

Nhưng ông ấy hoàn toàn có thể giữ chức vụ đó trong nhiều tuần.

Sa sœur n'aurait pas remarqué son mécontentement.
Chị gái anh ấy sẽ không nhận thấy sự bất mãn của anh ấy.

Elle voyait la saleté aussi bien que lui, voire mieux.
Cô ấy nhìn thấy những vết bẩn rõ ràng không kém gì anh ta, thậm chí còn rõ hơn.

Mais elle avait décidé de laisser la saleté où elle était.
Nhưng cô ấy đã quyết định để nguyên chỗ đất đó.

À cette époque, elle a développé une sensibilité totalement nouvelle.
Vào thời điểm đó, cô ấy đã có một sự nhạy cảm hoàn toàn mới.

Elle s'était donné pour mission de nettoyer la chambre de Gregor.
Cô ấy đã nhận nhiệm vụ dọn dẹp phòng của Gregor.

La famille a été touchée par sa gentillesse et sa prévenance.
Gia đình rất cảm động trước lòng tốt và sự chu đáo của bà.

Une fois, sa mère avait nettoyé sa chambre de fond en comble.
Có lần, người mẹ đã dọn dẹp phòng của cậu ấy rất kỹ lưỡng.

Ce n'est qu'après avoir utilisé plusieurs seaux d'eau qu'elle a réussi.
Chỉ sau khi dùng đến vài xô nước, cô ấy mới thành công.

Cependant, l'humidité nouvelle dans la pièce a nui à Gregor.
Tuy nhiên, sự ẩm ướt mới trong phòng đã gây hại cho Gregor.

Et il gisait, étendu de tout son long, amer et immobile sur le canapé.
Và ông nằm dài, vẻ mặt u sầu và bất động trên ghế sofa.

Mais ce n'était que sa première punition pour avoir aidé.
Nhưng đó chỉ là hình phạt đầu tiên dành cho cô ấy vì đã giúp đỡ.

La sœur remarqua rapidement le changement dans la chambre de Gregor.
Người chị nhanh chóng nhận thấy sự thay đổi trong phòng của Gregor.

Et elle s'est précipitée dans le salon, extrêmement insultée.

Và cô ấy chạy vào phòng khách, vô cùng tức giận và phẫn nộ.

Sa mère leva les mains et tenta de la supplier.

Mẹ cô giơ tay lên và cố gắng van xin cô.

Mais malgré une explicaîion sincère, elle a éclaté en sanglots.

Nhưng dù đã giải thích chân thành, cô ấy vẫn bật khóc.

Le père, bien sûr, sursauta et se leva de sa chaise.

Dĩ nhiên, người cha giật mình nhảy bật dậy khỏi ghế.

Et les deux parents regardaient, stupéfaits et impuissants.

Và hai bậc phụ huynh nhìn với vẻ kinh ngạc và bất lực.

Et finalement, leurs émotions s'agitèrent elles aussi.

Và cuối cùng, cảm xúc của họ cũng trở nên xáo trộn.

Le père a reproché à la mère ce qu'elle avait fait.

Người cha trách mắng người mẹ vì những gì bà đã làm.

« Tu aurais dû laisser la chambre à Grete pour qu'elle la nettoie. »

"Lẽ ra anh nên để Grete dọn phòng."

Grete a crié sur sa mère parce qu'elle avait nettoyé sa chambre.

Grete hét vào mặt mẹ vì đã dọn dẹp phòng của cậu.

«Tu n'as plus jamais le droit de nettoyer sa chambre !»

"Cô sẽ không bao giờ được phép dọn phòng cho anh ấy nữa!"

La mère a essayé d'entraîner le père dans la chambre.

Người mẹ cố gắng kéo người cha vào phòng ngủ.

La sœur resta seule dans la pièce, tremblante et sanglotant.

Người em gái ở lại trong phòng, run rẩy và khóc nức nở.

Et elle frappa la table avec ses petits poings.

Và cô bé đập mạnh hai nắm tay nhỏ xíu của mình xuống bàn.

Et Gregor siffla bruyamment de colère contre eux tous.

Và Gregor gầm gừ giận dữ với tất cả bọn họ.

Pourquoi personne n'avait-il pensé à lui fermer la porte ?

Sao không ai nghĩ đến việc đóng cửa lại cho anh ta?

Ils auraient pu lui épargner ce spectacle et ce bruit.

Họ hoàn toàn có thể giúp anh ấy tránh khỏi cảnh tượng và tiếng ồn khó chịu này.

Sa sœur était épuisée après être rentrée du travail.

Người chị gái kiệt sức sau khi tan làm về nhà.

Et s'occuper de Gregor représentait encore plus de travail pour elle.

Và việc chăm sóc Gregor còn vất vả hơn nữa đối với cô ấy.

Mais cela ne signifie pas que la mère aurait dû le faire.

Nhưng điều đó không có nghĩa là người mẹ nên làm vậy.

Gregor, en revanche, ne doit pas être négligé.

Ngược lại, không nên bỏ qua Gregor.

Mais maintenant, ils avaient une nouvelle bonne qui pouvait faire ce genre de choses.

Nhưng giờ họ đã có một người giúp việc mới có thể làm những việc đó.

Une veuve âgée à la charpente osseuse robuste.

Một góa phụ lớn tuổi có cấu trúc xương chắc khỏe.

Une stature qui l'a aidée à survivre à sa vie difficile.

Một tầm vóc đã giúp bà vượt qua cuộc sống khó khăn.

L'apparence de Gregor ne lui déplaisait pas vraiment.

Cô ấy không hề có ác cảm thực sự nào đối với ngoại hình của Gregor.

Elle avait ouvert la porte de la chambre de Gregor par inadvertance.

Cô ấy đã vô tình mở cửa phòng của Gregor.

Ce n'était pas par curiosité particulière à propos de la pièce.

Không phải vì tò mò đặc biệt về căn phòng đó.

Elle faisait simplement son travail et a ouvert la porte par hasard.

Cô ấy chỉ đang làm nhiệm vụ của mình và tình cờ mở cửa.

Gregor, bien sûr, fut complètement surpris par elle.

Dĩ nhiên, Gregor hoàn toàn bất ngờ trước cô ấy.

Il n'était pas poursuivi, mais il courait d'avant en arrière.

Anh ta không bị đuổi theo, nhưng anh ta cứ chạy đi chạy lại.

Elle croisa simplement les bras et le regarda ramper.

Và cô chỉ khoanh tay lại, nhìn cậu bé bò.

Depuis lors, elle lui entrouvrait toujours un peu la porte.

Từ đó, cô luôn mở cửa một chút cho anh ấy.

Un matin, elle a jeté un coup d'œil pour voir comment il allait.

Một lần vào buổi sáng, cô ấy ghé vào xem anh ấy thế nào.

Et le soir, elle est allée prendre de ses nouvelles avant de partir.

Và buổi tối, trước khi rời đi, cô ấy đã ghé thăm anh ấy.

Au début, elle a aussi essayé de l'appeler pour qu'il vienne la rejoindre.

Ban đầu, cô ấy cũng cố gắng gọi anh ta đến chỗ mình.

« Viens par ici, vieux bousier ! » disait-elle.

"Lại đây nào, con bọ hung già!" bà ấy thường nói.

Ou bien elle disait, amicalement : « Regardez ce vieux bousier ! »

Hoặc cô ấy nói, "Nhìn con bọ hung già kìa!", với giọng thân thiện.

Gregor n'a jamais réagi lorsqu'on lui parlait de cette façon.

Gregor chưa bao giờ đáp lại khi bị nói chuyện theo cách đó.

Il resta là, immobile, et l'ignora.

Anh ta vẫn đứng đó, không nhúc nhích, và phớt lờ cô.

« Si seulement on lui avait expliqué comment faire correctement son travail. »

"Giá như cô ấy được chỉ bảo cách làm việc đúng cách."

« Au lieu de me déranger, elle devrait nettoyer ma chambre. »

"Thay vì làm phiền tôi, cô ấy nên dọn phòng cho tôi."

Tôt le matin, une forte pluie a frappé les fenêtres.

Một lần vào sáng sớm, một trận mưa lớn trút xuống cửa sổ.

Peut-être la pluie était-elle déjà un signe du printemps à venir.

Có lẽ cơn mưa đã là dấu hiệu báo hiệu mùa xuân sắp đến.

La bonne recommença à lui parler de cette façon.

Cô hầu gái lại bắt đầu nói chuyện với anh ta bằng giọng điệu đó.

Gregor était tellement amer qu'il se tourna vers elle.

Gregor cay đắng đến nỗi quay sang đối mặt với cô.

Il était lent et infirme, mais c'était une sorte d'attaque.

Ông ấy chậm chạp và yếu ớt, nhưng đó cũng có thể coi là một cuộc tấn công.

La bonne, en revanche, n'avait absolument pas peur de Gregor.

Tuy nhiên, cô hầu gái chẳng hề sợ Gregor chút nào.

Au lieu de cela, elle souleva une chaise qui se trouvait près de la porte.

Thay vào đó, cô ấy nhấc một chiếc ghế gần cửa lên.

Et elle resta là, calmement, la bouche grande ouverte.

Và cô ta đứng đó, bình tĩnh, miệng há hốc.

Ses intentions étaient claires, même Gregor pouvait le voir.

Ý định của cô ta rất rõ ràng, ngay cả Gregor cũng có thể thấy điều đó.

Et il se retourna lentement pour reprendre sa position initiale.

Và anh ta từ từ quay người trở lại vị trí ban đầu.

« Donc vous ne voulez pas vous approcher davantage, n'est-ce pas ? »

"Vậy là anh không muốn đến gần hơn nữa, phải không?"

Et elle remit discrètement la chaise dans le coin.

Rồi cô lặng lẽ đặt chiếc ghế trở lại vào góc.

Gregor ne mangeait presque plus rien.

Gregor hầu như không ăn gì cả.

Parfois, lors de ses promenades dans la pièce, il s'arrêtait.

Thỉnh thoảng, trong những lần đi dạo quanh phòng, anh ấy lại dừng lại.

Et il se retrouva à côté du repas qui lui avait été préparé.

Và anh ta thấy mình đang ngồi cạnh những món ăn đã được chuẩn bị sẵn cho mình.

Il mit la nourriture dans sa bouche, mais seulement pour jouer avec.

Cậu bé cho thức ăn vào miệng, nhưng chỉ để nghịch thôi.

Et bien souvent, il le recrachait quelques heures plus tard.

Và khá thường xuyên, sau vài giờ, ông ta lại nhổ nó ra.

Il essaya de trouver une raison à son manque d'appétit.

Anh ta cố gắng tìm ra nguyên nhân khiến mình chán ăn.

Peut-être parce qu'il était triste de l'état de sa chambre.

Có lẽ vì anh ấy buồn về tình trạng phòng của mình.

Mais il s'était fait à l'idée des changements survenus dans la pièce.

Nhưng ông đã dần chấp nhận những thay đổi trong căn phòng.

Récemment, sa chambre était devenue une sorte de débarras.

Gần đây, phòng của anh ấy đã trở thành một dạng kho chứa đồ.

Ils avaient pris l'habitude de laisser des choses là.

Họ đã quen với việc để đồ đạc ở đó.

Et il restait maintenant beaucoup de choses de ce genre dans sa chambre.

Và giờ đây, trong phòng anh ta còn lại rất nhiều thứ như vậy.

Parce qu'une chambre de l'appartement avait été louée.

Vì một phòng trong căn hộ đã được cho thuê.

Trois messieurs sérieux louaient la chambre ensemble.

Ba người đàn ông nghiêm túc cùng nhau thuê một phòng.

Gregor les avait aperçus un jour à travers une fente dans la porte.

Gregor từng nhìn thấy họ qua một khe cửa.

Ils portaient des barbes fournies et étaient habillés avec un soin méticuleux.

Họ để râu rậm và ăn mặc rất chỉnh tề.

Ils étaient scrupuleux quant à la propreté des lieux.

Họ rất cẩn thận trong việc giữ gìn mọi thứ gọn gàng.

Leur obsession pour la propreté ne s'arrêtait pas à leur chambre.

Sự khắt khe của họ về việc giữ gìn vệ sinh không chỉ dừng lại ở phòng ngủ.

L'appartement entier devait être maintenu d'une propreté impeccable.

Toàn bộ căn hộ phải được giữ sạch sẽ tuyệt đối.

Ils étaient encore plus pointilleux sur l'apparence de la cuisine.

Họ thậm chí còn kỹ tính hơn về cả vẻ ngoài của nhà bếp.

Et ils ne supportaient aucun encombrement inutile.

Và họ không thể chịu đựng bất kỳ sự bừa bộn không cần thiết nào.

Ils avaient également apporté leurs propres meubles.

Họ cũng mang theo đồ đạc của riêng mình.

C'est pourquoi beaucoup de choses étaient devenues superflues.

Vì lý do đó, nhiều thứ đã trở nên dư thừa.

C'étaient des choses pour lesquelles personne n'aurait payé.

Đó là những thứ mà chẳng ai thèm bỏ tiền ra mua.

Mais la famille ne voulait pas non plus se débarrasser de ces objets.

Nhưng gia đình cũng không muốn vứt bỏ những thứ này.

Tous ces objets ont fini quelque part dans la chambre de Gregor.

Tất cả những thứ đó đều đã được đưa vào phòng của Gregor.

Le cendrier de la cuisine se trouvait désormais dans sa chambre.

Thùng đựng tro từ nhà bếp giờ được cất trong phòng anh ấy.

Et les ordures étaient entreposées dans sa chambre jusqu'au jour de la collecte.

Và rác được chất đống trong phòng anh ta cho đến ngày đổ rác.

La bonne a jeté dans sa chambre tout ce dont elle n'avait pas besoin.

Cô hầu gái ném tất cả những thứ cô không cần vào phòng anh ta.

Heureusement, il n'a vu que la main et l'objet.

May mắn thay, anh ta chỉ nhìn thấy bàn tay và vật đó.

Elle comptait probablement revenir chercher les affaires plus tard.

Có lẽ cô ấy định quay lại lấy đồ sau.

Ou peut-être voulait-elle tout jeter d'un coup.

Hoặc có lẽ cô ấy muốn vứt bỏ tất cả mọi thứ cùng một lúc.

Cependant, tout est resté là où il s'était initialement posé.

Tuy nhiên, mọi thứ vẫn nằm nguyên tại vị trí ban đầu.

À moins que Gregor n'ait déplacé les débris en se faufilant à travers.

Trừ khi Gregor di chuyển đống đồ lộn xộn bằng cách luồn lách qua nó.

Au début, il a été obligé de ramper à travers tous les détritus.

Ban đầu, anh ta buộc phải bò qua đống rác rưởi đó.

Il lui était impossible d'éviter cela.

Anh ta không có cách nào tránh khỏi việc đó.

Mais plus tard, il a finalement trouvé du plaisir dans cette activité.

Nhưng sau đó, ông ấy thực sự tìm thấy niềm vui trong hoạt động này.

Bien que ces efforts l'aient laissé triste et profondément fatigué.

Mặc dù nỗ lực đó khiến anh ấy buồn bã và vô cùng mệt mỏi.

Et ensuite, il est resté incapable de bouger pendant de nombreuses heures.

Và sau đó, ông ấy không thể cử động trong nhiều giờ liền.

Les locataires prenaient parfois leurs repas dans le salon.

Khách trọ đôi khi dùng bữa trong phòng khách.

La porte du salon restait fermée ces soirs-là.

Vào những buổi tối đó, cửa phòng khách vẫn đóng kín.

Mais Gregor n'avait aucune difficulté à ne pas ouvrir la porte à présent.

Nhưng Gregor không hề gặp khó khăn gì trong việc không mở cửa lúc này.

Même lorsque la porte était ouverte, il ne regardait pas toujours dehors.

Ngay cả khi cửa mở, anh ta cũng không phải lúc nào cũng nhìn ra ngoài.

Mais il s'allongea dans le coin le plus sombre de la pièce.

Nhưng anh ta lại nằm ở góc tối nhất của căn phòng.

La famille n'a pas non plus remarqué son manque d'attention.

Gia đình cũng không nhận thấy sự thiếu quan tâm của anh ấy.

Mais une fois, la bonne a laissé la porte ouverte.

Nhưng có một lần người hầu gái để cửa mở.

La porte est restée ouverte même au retour des locataires.

Cánh cửa vẫn mở ngay cả khi những người thuê trọ trở về.

Et la porte était ouverte quand la lumière a été allumée.

Và cửa vẫn mở khi đèn được bật lên.

L'homme était assis à la table où la famille dînait.

Người đàn ông ngồi vào bàn ăn tối cùng gia đình.

Autrefois, père, mère et Gregor étaient assis là.

Cha, mẹ và Gregor đã ngồi đó vào thời điểm trước đây.

Ils déplièrent les serviettes et prirent des couteaux et des fourchettes.

Họ trải khăn ăn ra, rồi lấy dao và nĩa.

La mère apparut sur le seuil avec un bol de viande.

Người mẹ xuất hiện ở ngưỡng cửa với một bát thịt trên tay.

Puis sa sœur est entrée avec un bol plein de pommes de terre.

Sau đó, người chị gái bước vào với một bát đầy khoai tây.

Les locataires se penchèrent sur les bols placés devant eux.

Những người thuê trọ cúi xuống những chiếc bát đặt trước mặt họ.

L'épaisse fumée des aliments leur montait jusqu'au nez.

Khói dày đặc từ thức ăn bốc lên xộc thẳng vào mũi họ.

Mais ils n'avaient pas encore décidé s'ils allaient manger.

Nhưng họ vẫn chưa quyết định có ăn thức ăn đó hay không.

Peut-être renverraient-ils le plat en cuisine.

Có lẽ họ sẽ trả lại món ăn cho nhà bếp.

L'homme assis au milieu semblait être l'autorité.

Người đàn ông ngồi ở giữa dường như là người có quyền lực.

Il a coupé la viande pour déterminer si elle était suffisamment tendre.

Anh ta cắt thịt ra để kiểm tra xem nó đã đủ mềm chưa.

Il était satisfait de l'odeur et de l'apparence des aliments.

Ông ấy hài lòng với mùi vị và hình thức của món ăn.

La mère et la sœur les observaient avec anxiété.

Người mẹ và người chị đã lo lắng quan sát họ.

Et ils commencèrent à sourire, poussant un soupir de soulagement accumulé.

Và họ bắt đầu mỉm cười với một tiếng thở phào nhẹ nhõm.

La famille allait elle-même manger dans la cuisine.

Cả gia đình sẽ tự ăn ở trong bếp.

Mais avant cela, le père alla voir comment allaient les locataires.

Nhưng trước tiên, người cha đi kiểm tra xem những người thuê trọ thế nào.

Il s'inclina une fois, tenant sa casquette de travail à la main.
Ông cúi chào một lần, tay cầm chiếc mũ vừa đi làm.
Et il fit le tour de la table, saluant chaque invité.
Rồi ông đi vòng quanh bàn, đến từng vị khách.
Les locataires se levèrent tous en marmonnant dans leur barbe.
Tất cả những người thuê trọ đều đứng dậy, lẩm bẩm vào râu của họ.
Après son départ, ils mangèrent dans un silence presque complet.
Sau khi anh ấy rời đi, họ ăn trong im lặng gần như hoàn toàn.
Gregor trouvait étrange d'entendre des bruits de mastication.
Gregor thấy thật kỳ lạ khi có thể nghe thấy tiếng nhai.
Aucun autre aspect du repas ne semblait produire le moindre son.
Ngoài ra, dường như không có âm thanh nào phát ra từ việc ăn uống.
Mais il pouvait distinctement entendre des dents grincer.
Nhưng anh ta có thể nghe rõ tiếng răng nghiến vào nhau.
Ils semblaient lui dire qu'il avait besoin de dents pour manger.
Dường như họ đang muốn nói với anh ta rằng anh ta cần có răng để ăn.
« On ne peut rien faire si on n'a plus de dents dans la mâchoire. »
"Nếu hàm của bạn không có răng thì bạn chẳng làm được gì cả."
« J'aimerais manger quelque chose », dit Gregor avec anxiété.
"Tôi muốn ăn chút gì đó", Gregor nói với vẻ lo lắng.
« Mais je n'ai aucun appétit pour ce que vous mangez tous. »
"Nhưng tôi không hề có khẩu vị gì với những món mà mọi người đang ăn."
« Regardez ces locataires manger, et moi je meurs de faim. »
"Hãy nhìn những người trọ kia ăn uống no nê, còn tôi thì đang chết đói."
Ce soir-là, Gregor pensait justement au violon.

Tối hôm đó, Gregor chợt nghĩ đến cây vĩ cầm.

Il n'avait plus entendu le violon depuis la transformation.

Anh ấy đã không nghe thấy tiếng vĩ cầm kể từ khi biến đổi.

Mais ce soir-là, un bruit est venu de la cuisine.

Nhưng tối nay, một âm thanh phát ra từ nhà bếp.

Les messieurs avaient déjà terminé leur repas du soir.

Các quý ông đã dùng xong bữa tối.

L'homme du milieu avait commencé à lire un journal.

Người đàn ông ở giữa bắt đầu đọc báo.

Il avait donné une feuille à chacun des deux autres messieurs.

Ông ta đã đưa cho hai người đàn ông kia mỗi người một tờ giấy.

Et maintenant, ils étaient affalés en arrière, en train de lire et de fumer.

Và giờ họ đang dựa lưng vào ghế, đọc sách và hút thuốc.

Lorsque le violon commença à jouer, ils devinrent attentifs.

Khi tiếng vĩ cầm bắt đầu vang lên, họ liền chú ý lắng nghe.

Ils se levèrent et marchèrent sur la pointe des pieds jusqu'à la porte de l'antichambre.

Họ đứng dậy và rón rén đi đến cửa phòng chờ.

Ils se tenaient là, blottis les uns contre les autres, écoutant à la porte.

Họ đứng co cụm lại, lắng nghe ở cửa.

La famille a dû entendre les hommes qui étaient dans la cuisine.

Chắc hẳn gia đình đã nghe thấy tiếng những người đàn ông từ trong bếp.

Car le père les appela et leur demanda :

Vì người cha gọi họ và hỏi họ;

« Le violon ne serait-il pas inconfortable pour ces messieurs ? »

"Có lẽ đàn vĩ cầm không thoải mái đối với các quý ông?"

« Si la musique ne vous plaît pas, on peut s'arrêter immédiatement. »

"Nếu các bạn không thích nhạc thì chúng ta có thể dừng ngay lập tức."

« Au contraire », dit celui du milieu des messieurs.

"Ngược lại," người đàn ông ở giữa nhóm nói.

« La jeune fille aimerait-elle jouer du violon dans notre chambre ? »

"Cô gái trẻ có muốn chơi vĩ cầm trong phòng chúng ta không?"

« C'est nettement plus confortable et chaleureux ici. »

"Ở đây chắc chắn thoải mái và ấm cúng hơn nhiều."

Le père répondit comme s'il était lui-même le violoniste.

Người cha trả lời như thể chính ông là nghệ sĩ vĩ cầm vậy.

« Oh, je vous en prie, ce serait merveilleux », s'écria le père.

"Ôi, điều đó thật tuyệt vời," người cha reo lên.

Les messieurs retournèrent au salon et attendirent.

Các quý ông quay trở lại phòng khách và chờ đợi.

Peu après, le père entra dans la pièce avec le pupitre.

Chẳng mấy chốc, người cha bước vào phòng cùng với giá để nhạc.

La mère entra dans la pièce avec le livre de musique.

Người mẹ bước vào phòng với cuốn sách nhạc trên tay.

Et la sœur entra dans la pièce avec le violon.

Rồi người chị gái bước vào phòng với cây vĩ cầm.

Elle a calmement tout préparé pour jouer du violon.

Cô ấy bình tĩnh chuẩn bị mọi thứ để chơi vĩ cầm.

Les parents exagéraient leur politesse et leurs bonnes manières.

Cha mẹ đã phóng đại sự lịch sự và lễ nghi của con cái.

Ils n'avaient jamais loué de chambres à des locataires auparavant.

Trước đây họ chưa từng cho thuê phòng trọ bao giờ.

Et ils n'osaient même pas s'asseoir sur leurs propres chaises.

Và họ thậm chí còn không dám ngồi xuống ghế của chính mình.

Au lieu de s'asseoir, le père s'appuya contre la porte.

Thay vì ngồi, người cha dựa vào cửa.

Sa main droite était coincée entre deux boutons de son manteau.

Tay phải của anh ta đặt giữa hai cúc áo khoác.

Un monsieur a toutefois offert une chaise à la mère.

Tuy nhiên, người mẹ được một người đàn ông mời ngồi.

Mais elle s'assit là où le monsieur avait placé la chaise.

Nhưng bà ấy ngồi vào chỗ mà người đàn ông kia đã đặt chiếc ghế.

Et il n'avait pas placé la chaise à un endroit précis.

Và ông ấy không đặt chiếc ghế ở vị trí cụ thể nào.

La mère s'assit donc à l'écart de tout le monde, dans un coin.

Vì vậy, người mẹ ngồi tách biệt khỏi mọi người, ở một góc.

Et finalement, la sœur s'est mise à jouer du violon.

Và cuối cùng, người chị bắt đầu chơi vĩ cầm.

Les parents, placés de part et d'autre, suivaient attentivement.

Hai bậc phụ huynh, ngồi ở hai phía đối diện, chăm chú theo dõi.

Et ils observaient attentivement chacun des mouvements de sa main.

Và họ chăm chú quan sát từng cử động của tay cô ấy.

Gregor était également attiré par le jeu du violon.

Gregor cũng bị thu hút bởi tiếng đàn vĩ cầm.

Et il s'aventura un peu plus loin hors de sa chambre.

Và anh ta mạo hiểm bước ra khỏi phòng thêm một chút.

Il avait déjà la tête dans le salon.

Anh ta đã cúi đầu vào trong phòng khách rồi.

Il était très fier d'être très attentionné.

Trước đây, anh ấy rất tự hào về việc mình là người chu đáo.

Mais récemment, il ne remettait guère en question son manque d'attention.

Nhưng gần đây, ông ta hầu như không hề đặt câu hỏi về sự thiếu quan tâm của mình.

Même s'il avait maintenant plus de raisons de se cacher qu'auparavant.

Mặc dù giờ đây anh ta có nhiều lý do để trốn hơn trước.

Parce que sa chambre était recouverte de poussière et de saletés diverses.

Vì phòng anh ấy phủ đầy bụi và các loại bẩn khác nhau.

Le moindre mouvement soulevait toutes sortes d'immondices.

Chỉ cần một cử động nhỏ cũng đủ làm bốc lên đủ loại bụi bẩn.

Toute cette saleté lui collait à la peau : poussière, cheveux, restes de nourriture.

Tất cả bụi bẩn này bám đầy người anh ta; bụi, tóc, thức ăn thừa.

Il aurait pu frotter la saleté contre le tapis.

Anh ta có thể đã lau sạch bụi bẩn bằng cách chà xát vào thảm.

C'était quelque chose qu'il faisait plusieurs fois par jour.

Đây là việc mà ông ấy thường làm vài lần mỗi ngày.

Mais son indifférence à tout était bien trop grande.

Nhưng sự thờ ơ của anh ta đối với mọi thứ lại quá lớn.

Il n'avait donc pas peur d'aller un peu plus loin.

Vì vậy, anh ấy không ngại tiến thêm một bước nữa.

Et il s'est installé sur le sol impeccable du salon.

Và anh ta bước lên sàn nhà sạch bong của phòng khách.

Cependant, personne ne l'a remarqué, ni ne lui a prêté attention.

Tuy nhiên, không ai để ý hay quan tâm đến anh ta.

La famille était complètement absorbée par le concert.

Cả gia đình hoàn toàn say mê buổi hòa nhạc.

Les messieurs, quant à eux, ont d'abord battu en retraite.

Ngược lại, các quý ông ban đầu lại rút lui.

Et ils se tenaient tout près, derrière le pupitre de la sœur.

Và họ đứng sát phía sau giá để nhạc của người chị.

S'ils avaient regardé, ils auraient pu voir les notes de musique.

Nếu họ nhìn kỹ hơn, họ đã có thể thấy các nốt nhạc.

Cela aurait évidemment perturbé la sœur.

Điều này, tất nhiên, sẽ khiến người chị gái cảm thấy khó chịu.

Alors, au lieu de s'asseoir, ils restèrent debout près de la fenêtre.

Thay vì ngồi xuống, họ đứng bên cửa sổ.

Les mains dans les poches, ils continuaient à parler.

Họ vừa đút tay vào túi quần vừa tiếp tục nói chuyện.

Ils restèrent là tandis que le père les observait avec anxiété.

Họ vẫn ở đó trong khi người cha lo lắng quan sát.

On avait l'impression qu'ils avaient d'autres attentes.

Người ta có cảm giác rằng họ có những kỳ vọng khác.

Et il semblait vraiment qu'ils avaient été déçus.

Và dường như họ đã thực sự thất vọng.

Il semblait qu'ils en avaient assez du spectacle.

Dường như họ đã xem đủ màn trình diễn rồi.

Ils avaient laissé le violon troubler leur tranquillité.

Họ đã để tiếng vĩ cầm làm xáo trộn sự yên bình của mình.

Et ils ne toléraient la musique que par politesse.

Và họ chỉ chịu đựng thứ âm nhạc đó vì phép lịch sự.

La façon dont ils ont dissipé la fumée était particulièrement troublante.

Cách họ thổi bay làn khói thật sự khiến người ta rợn người.

Et pourtant, elle jouait du violon avec une telle beauté.

Vậy mà cô ấy vẫn chơi vĩ cầm hay đến thế.

Son visage était légèrement incliné sur le côté, sur le violon.

Khuôn mặt cô hơi nghiêng sang một bên, hướng về phía cây vĩ cầm.

Son regard parcourait tristement les lignes de la musique.

Ánh mắt cô buồn bã dõi theo những giai điệu âm nhạc.

Gregor se sentait un peu plus attiré par le salon.

Gregor cảm thấy mình bị thu hút vào phòng khách hơn một chút.

Il gardait la tête près du sol, mais regardait vers le haut.

Anh ta giữ đầu sát mặt đất nhưng vẫn nhìn lên.

Peut-être que de cette façon, le regard de sa sœur croiserait le sien.

Có lẽ bằng cách này, ánh mắt của em gái anh ấy sẽ chạm phải ánh mắt của anh ấy.

Peut-on vraiment dire qu'il n'était qu'un animal ?

Liệu có thể thực sự nói rằng anh ta chỉ là một con vật?

Était-il un animal si la musique pouvait le captiver à ce point ?

Nếu âm nhạc có thể mê hoặc anh ta đến vậy, liệu anh ta có phải là động vật không?

Il avait l'impression qu'on lui montrait un chemin vers une nourriture inconnue.
Anh cảm thấy như mình được chỉ dẫn một con đường dẫn đến nguồn dưỡng chất chưa từng biết đến.
C'était peut-être là le réconfort qui lui manquait.
Có lẽ đây chính là nguồn dưỡng chất mà anh ta đang thiếu.
Il était déterminé à rejoindre sa sœur.
Anh ta quyết tâm tìm đường đến chỗ em gái mình.
Il avait envie de tirer sur sa jupe pour attirer son attention.
Anh ta muốn kéo váy cô ấy để thu hút sự chú ý của cô.
Il voulait lui faire comprendre qu'il l'invitait.
Anh ấy muốn gửi cho cô ấy một lời mời.
« Viens jouer du violon dans ma chambre », aurait-il voulu dire.
"Hãy đến phòng tôi và chơi vĩ cầm," anh ấy muốn nói.
Il souhaitait qu'elle soit récompensée pour sa magnifique musique.
Ông ấy muốn cô ấy được tưởng thưởng vì những bản nhạc tuyệt vời của mình.
« Personne ici ne te récompense pour jouer du violon. »
"Ở đây không ai thưởng cho bạn vì chơi vĩ cầm cả."
Il ne voulait plus la laisser sortir de sa chambre.
Anh ta không muốn để cô ấy ra khỏi phòng mình nữa.
Il voulait qu'elle reste avec lui aussi longtemps qu'il vivrait.
Ông muốn bà ở bên cạnh ông suốt quãng đời ông còn sống.
Pour la première fois, sa transformation eut un avantage.
Lần đầu tiên sự chuyển đổi của anh ấy mang lại lợi ích.
Sa difformité allait enfin lui être utile.
Khuyết tật của anh ta cuối cùng cũng sẽ trở nên hữu ích đối với anh ta.
Il voulait être présent simultanément aux quatre portes.
Anh ta muốn đứng ở cả bốn cánh cửa cùng một lúc.
Il avait envie de les siffler et de leur cracher dessus de tous les côtés.
Anh ta muốn rít lên và nhổ nước bọt vào họ từ mọi phía.
Sa sœur ne devrait pas être forcée de rester avec lui.
Không nên ép buộc em gái anh ấy phải ở lại với anh ấy.

Il voulait qu'elle choisisse volontairement de rester avec lui.

Anh ta muốn cô ấy tự nguyện lựa chọn ở lại với anh ta.

Elle allait s'asseoir à côté de lui et se pencher vers lui.

Cô ấy định ngồi xuống cạnh anh ấy và cúi người xuống gần anh ấy.

Et il allait lui parler de l'école de musique.

Và anh ấy định kể cho cô ấy nghe về trường nhạc.

Il avait la ferme intention de l'envoyer à l'académie.

Ông ta kiên quyết muốn gửi cô ấy đến học viện.

Il en aurait parlé à tout le monde à Noël dernier.

Ông ấy hẳn đã kể cho mọi người nghe chuyện này vào Giáng sinh năm ngoái rồi.

Noël était-il déjà passé ?

Lễ Giáng sinh đã thực sự đến và đi rồi sao?

Et il n'aurait laissé personne le dissuader.

Và ông ấy sẽ không để bất cứ ai thuyết phục mình từ bỏ ý định đó.

Mais un accident malheureux a tout arrêté.

Nhưng rồi tai nạn không may đã làm gián đoạn mọi thứ.

La sœur aurait été submergée par l'émotion.

Người chị hẳn đã vô cùng xúc động.

Et Gregor aurait alors grimpé jusqu'à son épaule.

Và rồi Gregor sẽ trèo lên vai cô ấy.

Et il l'aurait réconfortée en l'embrassant dans le cou.

Và anh ấy sẽ an ủi cô bằng cách hôn lên cổ cô.

« Monsieur Samsa ! » appela l'homme au milieu au père.

"Ông Samsa!" người đàn ông ở giữa gọi người cha.

Il pointait Gregor du doigt.

Ông ta dùng ngón trỏ chỉ xuống Gregor.

Gregor traversait lentement le salon.

Gregor đang chậm rãi di chuyển trên sàn phòng khách.

Le jeu du violon s'est très vite tu.

Tiếng vĩ cầm nhanh chóng im bặt.

Celui du milieu sourit à ses amis.

Người đàn ông ở giữa trong ba người mỉm cười với hai người bạn của mình.

Puis il secoua la tête et regarda Gregor.

Rồi anh ta lắc đầu và nhìn lại Gregor.

Le père aurait pu forcer Gregor à retourner dans sa chambre.

Người cha hoàn toàn có thể ép Gregor quay trở lại phòng.

Mais ce n'était pas la première action qu'il décida d'entreprendre.

Nhưng đó không phải là hành động đầu tiên mà ông ấy quyết định thực hiện.

Il estimait qu'il était plus important de calmer ces messieurs.

Ông ấy cho rằng việc trấn an các quý ông quan trọng hơn.

Bien qu'ils ne fussent pas vraiment contrariés par Gregor.

Mặc dù thực ra họ không hề khó chịu chút nào về Gregor.

Gregor semblait plus divertissant que le jeu de violon.

Gregor có vẻ thú vị hơn cả tiếng đàn vĩ cầm.

Il s'est précipité vers eux, les bras tendus.

Anh ta vội vàng chạy đến chỗ họ với hai tay dang rộng.

Il faisait de son mieux pour leur cacher la vue de Gregor.

Ông ta đã cố gắng hết sức để che giấu quan điểm của họ về Gregor.

Et il a essayé de les faire retourner dans leur chambre.

Và ông cố gắng khuyên họ quay trở lại phòng.

Au contraire, cela les a un peu agacés.

Thậm chí điều này còn khiến họ hơi khó chịu.

Mais il était difficile de dire exactement ce qui les agaçait.

Nhưng thật khó để nói chính xác điều gì đã làm họ khó chịu.

Le père gâchait le divertissement de la soirée.

Người cha đã phá hỏng buổi tối vui vẻ của buổi tối.

Mais ils venaient aussi d'apprendre l'existence de leur nouveau colocataire.

Nhưng họ cũng vừa mới biết về người bạn cùng phòng mới của mình.

Ils levèrent les mains comme l'avait fait leur père.

Họ giơ tay lên giống như người cha đã làm.

Ils ont exigé une explication immédiate du père.

Họ yêu cầu người cha phải giải thích ngay lập tức.

Ils tiraient nerveusement sur leur barbe, cherchant une réponse.

Họ bồn chồn vuốt râu để tìm câu trả lời.

Et ils reculèrent jusqu'à leur chambre, mais très lentement.
Và họ lùi về phòng, nhưng rất chậm.
L'interruption avait plongé la sœur dans une sorte de transe.
Sự gián đoạn đó đã khiến người chị rơi vào trạng thái mơ màng.
Elle laissa pendre le violon et l'archet le long de son corps.
Cô để cây vĩ cầm và cây vĩ treo lủng lẳng bên hông.
Et elle regarda la partition comme si elle jouait encore.
Và cô ấy nhìn vào bản nhạc như thể nó vẫn đang được chơi.
Mais soudain, elle est revenue dans la pièce.
Nhưng rồi đột nhiên cô ấy quay trở lại phòng.
Et elle avait désormais surmonté le sentiment d'être perdue.
Và giờ đây, cô đã vượt qua được cảm giác lạc lõng.
Elle a posé l'instrument de musique sur les genoux de sa mère.
Cô đặt nhạc cụ lên đùi mẹ.
La mère était assise sur la chaise, respirant bruyamment.
Người mẹ ngồi trên ghế, thở hổn hển.
Et puis la sœur a dû courir dans la pièce voisine.
Rồi người em gái phải chạy vào phòng bên cạnh.
Elle devait tout préparer pour les messieurs.
Cô ấy phải chuẩn bị mọi thứ sẵn sàng cho các quý ông.
Elle a jeté les couvertures et les coussins en l'air.
Cô ấy tung chăn và gối lên không trung.
Et de ses mains expertes, elle a disposé toute la literie.
Và với đôi tay khéo léo của mình, bà đã sắp xếp tất cả chăn ga gối đệm.
Elle avait terminé avant que les messieurs n'atteignent la pièce.
Cô ấy đã hoàn thành xong trước khi các quý ông đến phòng.
Et elle s'est éclipsée avant de les gêner.
Và cô ấy đã lẻn đi trước khi kịp cản đường họ.
Le père semblait prisonnier de son propre entêtement.
Người cha dường như bị chính sự bướng bỉnh của mình chi phối.
Et il oublia ainsi tout le respect qu'il devait à ses locataires.

Và thế là ông ta quên hết sự tôn trọng mà mình phải dành cho những người thuê nhà.

Il a insisté sans relâche jusqu'à ce que leur porte-parole s'y oppose.

Ông ta cứ thúc ép mãi cho đến khi người phát ngôn của họ phản đối.

Il a tapé du pied avec colère en arrivant à la porte.

Khi đến cửa, anh ta tức giận dậm chân.

Et c'est ainsi qu'il immobilisa le père.

Và nhờ vậy, ông ta đã khiến người cha phải dừng lại.

« Par la présente, je déclare », commença-t-il en s'adressant à son propriétaire.

"Tôi xin tuyên bố," anh ta bắt đầu nói với chủ nhà.

Et il leva la main, regardant toute la famille.

Rồi ông giơ tay lên, nhìn về phía tất cả các thành viên trong gia đình.

« En ce qui concerne l'état répugnant de la chambre ; »

"Về điều kiện bẩn thiu của căn phòng;"

Et il s'assurait que tous écoutaient ses paroles.

Và ông ấy đảm bảo rằng mọi người đều đang lắng nghe những lời ông nói.

« Par la présente, je vous informe que je vais libérer ma chambre. »

"Tôi xin thông báo rằng tôi sẽ trả phòng."

Et il a appuyé son propos en crachant par terre.

Và ông ta còn thể hiện rõ quan điểm của mình bằng cách nhổ nước bọt xuống đất.

« Je ne paierai pas non plus pour les jours que j'ai passés ici. »

"Tôi cũng sẽ không trả tiền cho những ngày tôi đã sống ở đây."

Il n'était cependant pas entièrement satisfait de ce remboursement.

Tuy nhiên, ông ấy vẫn chưa hoàn toàn hài lòng với khoản tiền hoàn trả này.

« Et j'envisagerai de formuler d'autres demandes à votre encontre. »

"Và tôi sẽ xem xét việc đưa ra những yêu cầu khác đối với anh."

« Croyez-moi, de telles demandes seront très faciles à justifier. »

"Hãy tin tôi, những yêu cầu như vậy sẽ rất dễ được biện minh."

Il resta silencieux et regarda droit devant lui, vers son père.

Anh ta im lặng và nhìn thẳng về phía người cha.

Il semblait s'attendre à ce qu'il se passe quelque chose de plus.

Anh ta dường như đang mong đợi điều gì đó tồi tệ hơn sẽ xảy ra.

En fait, ses deux amis ont immédiatement eu la même idée.

Thực tế, hai người bạn của anh ấy cũng lập tức có cùng ý tưởng đó.

« Nous annulons également nos réservations de chambres », ont-ils déclaré à l'unisson.

"Chúng tôi cũng hủy đặt phòng," họ đồng thanh nói.

Il a alors saisi la poignée de la porte et l'a fermée.

Sau đó, anh ta nắm lấy tay nắm cửa và đóng cửa lại.

Et dans un grand fracas, ils s'enfermèrent dans leur chambre.

Và với một tiếng động lớn, họ tự nhốt mình trong phòng.

Le père s'est dirigé en titubant vers sa chaise, les mains tâtonnantes.

Người cha loạng choạng bước đến ghế, tay chân mò mẫm.

Et il se laissa tomber sur la chaise, vaincu.

Và ông ta thả mình xuống ghế, trong lòng thất bại.

On aurait dit qu'il allait faire sa sieste habituelle du soir.

Có vẻ như anh ấy đang chuẩn bị đi ngủ trưa như thường lệ.

Mais sa tête hocha presque comme si elle n'était pas soutenue.

Nhưng đầu anh ta gật gật như thể không có điểm tựa nào.

Et on pouvait voir qu'il ne dormait pas du tout.

Và người ta có thể thấy rõ ràng là anh ta hoàn toàn không ngủ.

Durant tout ce temps, Gregor n'avait pas bougé de sa place.

Suốt thời gian đó, Gregor vẫn không hề nhúc nhích khỏi chỗ của mình.

Il était toujours là où les messieurs l'avaient aperçu pour la première fois.

Ông ta vẫn ở vị trí mà các quý ông đã nhìn thấy ông ta lần đầu tiên.

Même s'il avait voulu déménager, il trouvait cela impossible.

Ngay cả khi muốn chuyển đi, anh ấy cũng thấy điều đó là không thể.

À cause de sa déception, ou à cause de sa faim.

Vì thất vọng, hoặc vì đói bụng.

Il était déçu par l'échec de son plan.

Ông ấy thất vọng vì kế hoạch của mình thất bại.

Et il était affaibli par la faim persistante qu'il ressentait.

Và ông ấy đã suy yếu vì cơn đói kéo dài.

Il était certain que tout le monde se retournerait contre lui à tout moment.

Anh ta chắc chắn rằng mọi người có thể quay lưng lại với mình bất cứ lúc nào.

C'est avec cette certitude d'un effondrement imminent qu'il attendit.

Với dự cảm về sự sụp đổ sắp xảy ra, ông ta chờ đợi.

Le violon commença à glisser des genoux de sa mère.

Cây vĩ cầm bắt đầu trượt khỏi lòng người mẹ.

Dans un fracas retentissant, le violon tomba au sol.

Cây vĩ cầm rơi xuống đất với một tiếng động vang dội.

Mais même ce bruit soudain et fracassant ne l'a pas surpris.

Nhưng ngay cả tiếng đổ vỡ đột ngột đó cũng không làm anh ta giật mình.

« Chers parents, dit la sœur, cela ne peut pas continuer. »

"Kính thưa bố mẹ," người chị nói, "chuyện này không thể tiếp tục được nữa."

Et elle a frappé du poing sur la table pour appuyer ses propos.

Và cô ấy đập mạnh tay xuống bàn để nhấn mạnh quan điểm của mình.

« Je ne prononcerai pas le nom de mon frère devant ce monstre. »

"Tôi sẽ không bao giờ nhắc đến tên anh trai mình trước mặt con quái vật này."

« C'est pourquoi je le dis aussi crûment que possible : »

"Đó là lý do tại sao tôi nói điều này một cách thẳng thắn nhất có thể:"

«Nous n'avons pas d'autre choix que de nous débarrasser de cet animal.»

"Chúng ta không còn lựa chọn nào khác ngoài việc loại bỏ con vật này."

« Nous avons fait de notre mieux pour tolérer et prendre soin de cet animal. »

"Chúng tôi đã cố gắng hết sức để dung thứ và chăm sóc con vật này."

« Je ne pense pas que quiconque puisse nous blâmer, même légèrement. »

"Tôi nghĩ chẳng ai có thể trách chúng tôi được chút nào."

« Elle a mille fois raison », a acquiescé le père.

"Cô ấy hoàn toàn đúng," người cha đồng tình.

La mère n'avait pas encore complètement repris son souffle.

Người mẹ vẫn chưa hoàn toàn lấy lại được hơi thở.

Elle se mit à tousser sourdement dans sa main, la respiration lourde.

Cô bắt đầu ho khan vào tay, thở hổn hển.

Et une expression de folie commença à apparaître dans ses yeux.

Và một vẻ điên loạn bắt đầu hiện lên trong mắt cô ta.

La sœur s'est précipitée vers sa mère et lui a pris le front.

Người em gái vội vàng chạy đến bên mẹ và ôm lấy trán mẹ.

Les paroles de la sœur semblaient inspirer le père.

Người cha dường như đã được truyền cảm hứng từ những lời nói của người em gái.

Et ses pensées semblaient plus claires qu'auparavant.

Và suy nghĩ của anh ấy dường như sáng suốt hơn trước.

Il cessa d'acquiescer et se redressa.

Ông ta ngừng gật đầu và ngồi thẳng dậy.

Et il jouait avec la casquette de son serviteur, plongé dans ses pensées.

Và ông ta nghịch chiếc mũ của người hầu, trầm ngâm suy nghĩ.

Les assiettes des locataires étaient encore sur la table.

Những chiếc đĩa của người thuê nhà vẫn còn trên bàn.

Et il regardait parfois vers Gregor, qui restait silencieux.

Và thỉnh thoảng anh ta lại nhìn về phía Gregor đang im lặng.

« Nous devons essayer de nous en débarrasser », lui dit sa sœur.

"Chúng ta phải tìm cách loại bỏ nó," người chị nói với anh.

La mère était trop occupée à tousser pour écouter.

Người mẹ quá bận ho nên không nghe thấy gì cả.

« Ça va vous tuer tous les deux, je le vois déjà venir. »

"Nó sẽ giết cả hai người, tôi đã thấy trước được điều đó."

«Nous ne pouvons pas tous continuer à travailler aussi dur que nous le faisons.»

"Chúng ta không thể cứ tiếp tục làm việc chăm chỉ như hiện tại được."

« Et chaque jour, nous devons rentrer chez nous et subir ce supplice. »

"Và mỗi ngày chúng tôi đều phải trở về nhà và chịu đựng sự tra tấn này."

« Nous n'en pouvons plus. Je n'en peux plus. »

"Chúng ta không thể chịu đựng thêm nữa. Tôi không thể chịu đựng thêm nữa."

Elle s'est effondrée dans les bras de sa mère, en larmes une dernière fois.

Cô ấy gục xuống bên mẹ trong những giọt nước mắt cuối cùng.

Les larmes coulèrent sur son visage et sur celui de sa mère.

Nước mắt lăn dài trên khuôn mặt cô, rơi xuống cả mặt mẹ cô.

Et elle essuya ses larmes d'un geste machinal.

Và cô ấy lau nước mắt một cách máy móc.

« Mon enfant », dit le père d'une voix compatissante.

"Con trai của ta," người cha nói bằng giọng đầy thương cảm.

Il y avait une profonde sympathie et une grande compréhension dans sa voix.

Trong giọng nói của ông ấy thể hiện sự cảm thông và thấu hiểu sâu sắc.

« Mais que devons-nous faire ? » avoua-t-il ne pas savoir.

"Nhưng chúng ta nên làm gì?", anh ta thú nhận là không biết.

La sœur haussa simplement les épaules, impuissante.

Người chị chỉ biết nhún vai tỏ vẻ bất lực.

Et sa confiance d'antan fit de nouveau place aux larmes.

Và sự tự tin trước đó của cô ấy lại được thay thế bằng những giọt nước mắt.

« Si seulement il nous comprenait », dit le père à voix haute.

"Giá mà thằng bé hiểu chúng ta," người cha nói lớn.

Et il se demandait à moitié si Gregor avait compris.

Và anh ta hơi nghi ngờ liệu Gregor có hiểu điều đó không.

La sœur lui a secoué la main violemment en pleurant.

Người chị gái vừa khóc vừa lắc tay mạnh.

Elle a donc indiqué qu'il ne fallait pas envisager cette idée.

Vì vậy, bà ấy ra hiệu rằng không nên nghĩ đến ý tưởng đó.

« Mais si seulement il nous comprenait », répéta le père.

"Nhưng giá như thằng bé hiểu chúng ta," người cha lặp lại.

Les yeux fermés, il réfléchit à la réponse de sa sœur.

Anh nhắm mắt lại và suy ngẫm câu trả lời của người chị.

« S'il comprenait qu'un accord pouvait être conclu avec lui. »

"Nếu ông ta hiểu được thì có thể đạt được thỏa thuận với ông ấy."

« Mais vu la situation actuelle... »

"Nhưng với tình hình hiện tại..."

«Il faut l'enlever,» s'écria la sœur, «c'est la seule solution.»

"Nó phải đi thôi," người chị kêu lên, "đó là cách duy nhất."

«Il faut vous débarrasser de l'idée que c'est Gregor.»

"Bạn phải gạt bỏ suy nghĩ rằng đó là Gregor."

« Notre véritable malheur, c'est d'y avoir cru si longtemps. »

"Điều bất hạnh thực sự của chúng ta là chúng ta đã tin điều đó quá lâu."

« Mais comment est-ce possible que ce soit Gregor ? » demanda-t-elle à son père.

"Nhưng làm sao có thể là Gregor được?" cô hỏi cha mình.

« Il savait qu'un tel animal ne pouvait pas coexister avec les humains. »

"Ông ấy biết rằng loài vật như vậy không thể sống chung với con người."

« Gregor nous aurait quittés depuis longtemps, volontairement. »

"Gregor lẽ ra đã rời bỏ chúng ta từ lâu rồi, một cách tự nguyện."

« C'est vrai, nous n'aurions alors plus de frère. »

"Đúng vậy, nếu thế thì chúng ta sẽ không còn người anh em nào nữa."

« Mais nous pourrions continuer à vivre et à honorer sa mémoire. »

"Nhưng chúng ta vẫn có thể tiếp tục sống và tưởng nhớ ông ấy."

« Mais cette bête nous poursuit et chasse nos locataires. »

"Nhưng con thú này cứ đuổi theo chúng tôi và xua đuổi những người thuê nhà của chúng tôi."

« De toute évidence, il veut s'emparer de tout l'appartement. »

"Rõ ràng là nó muốn chiếm toàn bộ căn hộ."

« Cette bête veut nous faire dormir dans la rue. »

"Con quái vật này muốn bắt chúng ta ngủ ngoài đường."

« Regarde, papa, » s'écria-t-elle soudain, « il bouge à nouveau ! »

"Nhìn kìa, bố!" cô bé đột nhiên kêu lên, "ông ấy lại cử động rồi!"

Et elle fit quelque chose que même Gregor ne put comprendre.

Và nàng đã làm một việc mà ngay cả Gregor cũng không thể hiểu nổi.

Elle se repoussa, comme pour sacrifier sa mère.

Cô ấy đẩy người mẹ ra xa, như thể đang hy sinh chính mình.

Et elle a couru derrière son père pour trouver une sorte de sécurité.

Và cô bé chạy theo sau cha mình để tìm kiếm sự an toàn.

Le père n'était agité que parce que sa fille l'était.

Người cha chỉ bực bội vì con gái mình bực bội.

Mais lui aussi se leva et leva les bras au-dessus d'elle.

Nhưng rồi anh ta cũng đứng dậy và giơ hai tay về phía cô.

Mais Gregor n'avait aucune intention d'effrayer qui que ce soit.

Nhưng Gregor không hề có ý định làm ai sợ hãi.

Il n'avait surtout aucune intention d'effrayer sa sœur.

Anh ấy hoàn toàn không có ý định làm em gái mình sợ hãi.

Il essayait simplement de faire demi-tour pour retourner dans sa chambre.

Anh ta chỉ đang cố gắng quay trở lại phòng mình.

Mais, compte tenu de l'aggravation de son état, même cela devenait difficile.

Nhưng trong tình trạng sức khỏe ngày càng xấu đi, ngay cả điều này cũng khó khăn.

Et il ne pouvait plus se servir pleinement de ses jambes.

Và ông ấy không còn sử dụng được toàn bộ đôi chân của mình nữa.

Il utilisa donc sa tête pour soulever son corps et se retourner.

Vì vậy, anh ta dùng đầu để nâng thân mình lên và xoay người.

Il marqua une pause et chercha l'approbation de sa famille du regard.

Anh ta dừng lại và nhìn quanh để tìm sự đồng ý của gia đình.

Il semble que sa bonne intention ait été reconnue.

Ý định tốt của anh ấy dường như đã được ghi nhận.

Son mouvement ne leur avait procuré qu'un choc momentané.

Hành động của anh ta chỉ gây bất ngờ nhất thời cho họ.

À présent, ils le regardaient tous en silence, visiblement malheureux.

Lúc này, tất cả mọi người đều nhìn anh ta trong im lặng với vẻ mặt buồn bã.

La mère était toujours allongée dans le fauteuil, épuisée.

Người mẹ vẫn nằm trên ghế bành, mệt mỏi rã rời.

Le père et la sœur étaient assis l'un à côté de l'autre.

Người cha và người chị đang ngồi cạnh nhau.

**« Peut-être qu'ils me laisseront faire demi-tour maintenant »,
pensa Gregor.**

"Có lẽ giờ họ sẽ cho mình quay lại," Gregor nghĩ.

**Et il continua à effectuer son mouvement de rotation
maladroit.**

Và anh ta tiếp tục thực hiện động tác xoay người vụng về của
mình.

**Il ne pouvait réprimer les halètements occasionnels dus à
l'effort.**

Anh ấy không thể kìm nén những tiếng thở hổn hển vì gắng
sức.

**Et il a été contraint de se reposer à plusieurs reprises entre-
temps.**

Và anh ấy buộc phái nghỉ ngơi một vài lần giữa chừng.

Plus personne ne le pressait ; c'était à lui de décider.

Không ai thúc giục anh ta vội vàng nữa; mọi chuyện tùy thuộc
vào anh ta.

Finalement, il acheva ce virage lent et douloureux.

Cuối cùng, anh ấy đã hoàn thành cú xoay người chậm rãi và
đầy khó khăn đó.

Il se dirigea aussitôt vers sa chambre.

Anh ta lập tức đi thẳng về phòng mình.

Il était stupéfait de la distance qui le séparait de sa chambre.

Anh ta kinh ngạc vì khoảng cách từ phòng mình đến nơi lại xa
đến vậy.

**Comment, malgré sa faiblesse, avait-il réussi à y parvenir
auparavant ?**

Dù sức khỏe yếu, làm sao mà trước đó ông ta lại đến được đó
được?

**Il avait emprunté presque le même chemin sans s'en
apercevoir.**

Anh ta đã đi gần như cùng một con đường mà không hề hay
biết.

**Il se concentrait simplement sur le fait de ramper aussi vite
qu'il le pouvait.**

Lúc này, cậu chỉ tập trung vào việc bò nhanh nhất có thể.

L'absence de commentaires ne le dérangeait pas.

Việc không nhận được bất kỳ bình luận nào cũng không làm anh ấy phiền lòng.

Ce n'est que lorsqu'il fut déjà à l'intérieur qu'il tourna la tête.

Chỉ khi đã vào đến cửa, anh ta mới quay đầu lại.

Mais il n'a pas pu se retourner complètement.

Nhưng anh ta không thể quay người lại hoàn toàn để nhìn về phía sau.

Car il sentit sa nuque se raidir encore davantage en se tournant.

Vì anh cảm thấy cổ mình càng cứng hơn khi quay người.

Mais il constata que rien n'avait changé derrière lui.

Nhưng anh ta nhận thấy phía sau mình chẳng có gì thay đổi cả.

La seule différence, c'est que sa sœur s'était levée.

Điểm khác biệt duy nhất là em gái anh ấy đã đứng lên bảo vệ anh ấy.

Son dernier regard lui montra que sa mère s'était endormie.

Lần cuối cùng anh liếc nhìn, anh thấy mẹ mình đã ngủ thiếp đi.

Dès qu'il fut entré dans sa chambre, la porte fut fermée.

Vừa bước vào phòng, cánh cửa đã được đóng lại.

Et dès que la porte fut fermée, le verrouilla.

Và ngay khi cánh cửa đóng lại, ổ khóa đã được khóa chặt.

Gregor fut effrayé par le bruit inattendu derrière lui.

Gregor giật mình vì tiếng động bất ngờ phía sau.

Et ses jambes fléchirent sous lui, surprises par la soudaineté.

Và đôi chân anh ta khuyụu xuống vì sự bất ngờ đột ngột.

C'est sa sœur qui s'était précipitée vers la porte derrière lui.

Chính người em gái đã vội vã chạy ra cửa phía sau anh ta.

Elle s'était déjà dressée, et l'attendait.

Cô ấy đã đứng thẳng người ở đó và chờ anh ta.

Elle fit alors un petit saut en avant sans que Gregor ne l'entende.

Sau đó, cô nhẹ nhàng nhảy về phía trước mà Gregor không hề hay biết.

« Enfin ! » s'écria-t-elle en tournant la clé.

"Cuối cùng cũng xong!" cô ấy reo lên khi vặn chìa khóa.

« Et maintenant ? » se demanda Gregor, seul dans l'obscurité.

"Giờ thì sao đây?", Gregor tự hỏi, một mình trong bóng tối.

Il s'aperçut bientôt qu'il ne pouvait plus bouger du tout.

Ông sớm nhận ra rằng mình không thể cử động được nữa.

Mais son immobilité ne le surprenait pas vraiment.

Nhưng ông ấy không thực sự ngạc nhiên trước tình trạng bất động của mình.

Pouvoir se déplacer sur des jambes aussi fines semblait ridicule.

Việc có thể di chuyển với đôi chân gầy gò như vậy trông thật nực cười.

Il ne savait pas comment il avait pu y parvenir.

Anh ấy không hiểu bằng cách nào mình lại có thể làm được điều đó trước đây.

Mais à part ça, il se sentait relativement à l'aise.

Nhưng ngoài điều đó ra, anh ấy cảm thấy khá thoải mái.

Il est vrai qu'il ressentait une douleur intense dans tout le corps.

Đúng là anh ấy cảm thấy đau đớn dữ dội khắp cơ thể.

Mais la douleur semblait s'atténuer de plus en plus.

Nhưng cơn đau dường như ngày càng yếu đi.

Et il avait l'impression que la douleur finirait par disparaître.

Và anh cảm thấy cơn đau cuối cùng sẽ biến mất.

Il sentait à peine la pomme pourrie dans son dos.

Anh ta hầu như không còn cảm thấy quả táo thối ở lưng nữa.

Il repensa à sa famille avec émotion et amour.

Anh ấy hồi tưởng về gia đình mình với đầy xúc động và tình yêu thương.

Il ressentait les émotions de sa sœur encore plus intensément qu'elle.

Anh cảm nhận được cảm xúc của em gái mình còn sâu sắc hơn cả chính cô ấy.

Elle avait raison ; il devait partir.

Cô ấy nói hoàn toàn đúng; anh ta phải rời đi.

Il passa quelque temps dans cet état désert et paisible.

Ông đã dành một khoảng thời gian ở trạng thái tĩnh lặng và thanh bình này.

L'horloge sonna trois fois, doucement mais fermement.

Chiếc đồng hồ điểm ba lần, nhẹ nhàng nhưng chắc chắn.

Gregor fut doucement tiré de ses pensées.

Gregor được nhẹ nhàng kéo ra khỏi những suy tư của mình.

Il regarda la lumière du matin pénétrer lentement dans sa chambre.

Anh ngắm nhìn ánh sáng ban mai từ từ tràn vào phòng mình.

Puis sa tête s'affaissa complètement, malgré lui.

Rồi đầu anh ta gục xuống hoàn toàn, không theo ý muốn của anh ta.

Et son dernier souffle s'échappa faiblement de ses narines.

Và hơi thở cuối cùng yếu ớt thoát ra từ lỗ mũi ông.

La femme de chambre est entrée dans sa chambre tôt le matin.

Cô hầu gái vào phòng ông ấy từ sáng sớm.

Elle n'a rien trouvé d'inhabituel lors de sa courte visite habituelle.

Trong chuyến thăm ngắn thường lệ của mình, bà ấy không phát hiện điều gì bất thường.

À bout de forces et dans la précipitation, elle claqua toutes les portes.

Vì quá vội vàng và mất sức, cô ấy đã đóng sầm tất cả các cánh cửa lại.

Il était impossible de dormir paisiblement dans tout l'appartement.

Cả căn hộ không cho phép ai ngủ ngon giấc.

On lui avait demandé d'éviter de faire cela le matin.

Cô ấy đã được yêu cầu tránh làm việc này vào buổi sáng.

Elle pensait qu'il restait allongé là, immobile, exprès.

Cô ấy nghĩ rằng anh ta nằm bất động như vậy là có chủ đích.

Peut-être voulait-il lui montrer qu'il était offensé.

Có lẽ anh ta muốn cho cô ấy thấy rằng anh ta cảm thấy bị xúc phạm.

Elle lui faisait confiance et pensait qu'il était doté d'une intelligence hors du commun.

Cô ấy tin tưởng anh ta sở hữu đủ mọi loại trí thông minh.

Il se trouve qu'elle tenait le long balai à la main.

Cô ấy tình cờ cầm cây chổi dài trong tay.

Alors, depuis la porte, elle essaya de chatouiller un peu Gregor.

Vậy là, từ cửa, cô ấy cố gắng cù lét Gregor một chút.

Elle était un peu agacée qu'il ne réponde pas du tout.

Cô ấy hơi khó chịu vì anh ta không hề trả lời.

Alors cette fois, elle le poussa un peu plus fermement.

Vì vậy, lần này cô ấy đẩy anh ta mạnh hơn một chút.

Comme il n'opposait aucune résistance, elle l'examina de plus près.

Khi thấy anh ta không phản kháng, cô ấy nhìn kỹ hơn.

Elle comprit rapidement ce qui était réellement arrivé à Gregor.

Cô ấy nhanh chóng nhận ra điều gì thực sự đã xảy ra với Gregor.

Elle ouvrit davantage les yeux et siffla pour elle-même.

Cô mở to mắt hơn và huýt sáo khe khẽ.

Mais elle n'a pas tardé à ouvrir la porte.

Nhưng cô ấy không mất nhiều thời gian trước khi mở cửa.

Et elle cria d'une voix forte dans l'obscurité :

Và nàng cất tiếng gọi lớn vào bóng tối:

«Viens voir, il est là, complètement mort.»

"Lại đây xem, nó nằm đó, chết hẳn rồi."

Les deux parents étaient assis bien droits dans leur lit conjugal.

Hai vợ chồng ngồi thẳng lưng trên giường ngủ.

Il leur fallait d'abord surmonter le choc du bruit.

Trước tiên, họ phải vượt qua cú sốc bởi tiếng ồn.

Mais peu à peu, ils ont commencé à comprendre son message.

Nhưng rồi họ dần dần hiểu được thông điệp của cô ấy.

Monsieur et Madame Samsa ont chacun sauté de leur côté du lit.

Ông bà Samsa mỗi người nhảy ra khỏi giường.

M. Samsa jeta l'épaisse couverture sur ses épaules.

Ông Samsa khoác chiếc chăn dày lên vai.

Et Mme Samsa sortit vêtue uniquement de sa chemise de nuit.

Và bà Samsa bước ra chỉ mặc mỗi áo ngủ.

C'est ainsi qu'ils entrèrent dans la chambre de Gregor.

Và đó là cách họ vào được phòng của Gregor.

Entre-temps, la porte du salon s'était également ouverte.

Trong khi đó, cánh cửa phòng khách cũng đã mở ra.

Grete y dormait depuis l'emménagement des locataires.

Grete đã ngủ ở đó kể từ khi những người thuê nhà chuyển đến.

Elle était entièrement habillée comme si elle n'avait pas dormi du tout.

Cô ấy ăn mặc chỉnh tề như thể chưa hề ngủ chút nào.

Son visage pâle semblait également témoigner de son manque de sommeil.

Khuôn mặt tái nhợt của cô ấy dường như cũng chứng tỏ cô ấy thiếu ngủ.

« Il est mort ? » demanda Mme Samsa en regardant la bonne.

"Ông ấy chết rồi sao?" bà Samsa hỏi, nhìn người hầu gái.

Elle aurait pu le confirmer en le regardant elle-même.

Cô ấy hoàn toàn có thể tự mình xác nhận điều này bằng cách nhìn vào anh ta.

« Je le crois », dit la bonne en ramassant le balai.

"Tôi nghĩ vậy," người hầu gái nói, vừa nhặt cây chổi lên.

Et elle a poussé son corps sur une longue distance à travers le sol.

Và cô ta đẩy xác anh ta đi một quãng đường dài trên sàn nhà.

Mme Samsa fit un mouvement comme si elle voulait l'arrêter.

Bà Samsa khẽ cử động như muốn ngăn cô lại.

Mais finalement, elle a laissé la bonne faire glisser Gregor.

Nhưng cuối cùng, bà ta lại để cô hầu gái lừa gạt Gregor.

« Eh bien, » dit M. Samsa, « enfin nous pouvons remercier Dieu. »

"Cuối cùng thì chúng ta cũng có thể tạ ơn Chúa rồi," ông Samsa nói.

Il fit le signe de croix : tête, poitrine, épaules.

Ông làm dấu thánh giá; đầu, ngực, vai.

Et les trois femmes suivirent son exemple religieux.

Và ba người phụ nữ đã noi theo tấm gương đạo đức của ông.

Grete, qui ne quittait pas le cadavre des yeux, dit :

Grete, người không rời mắt khỏi xác chết, nói:

«Regardez comme il est maigre, il n'a pas mangé depuis si longtemps.»

"Nhìn xem anh ta gầy gò thế nào, chắc lâu lắm rồi anh ta không ăn gì."

« La nourriture que je lui laissais chaque matin restait toujours intacte. »

"Thức ăn tôi để lại cho anh ấy mỗi sáng luôn được giữ nguyên vẹn."

En fait, le corps de Gregor était complètement plat et sec.

Thực tế, thi thể của Gregor hoàn toàn phẳng và khô.

C'était plus visible maintenant qu'il était au sol.

Điều này càng trở nên rõ ràng hơn khi anh ta đã nằm trên mặt đất.

Parce que son corps n'était plus soutenu par ses jambes.

Vì thân thể anh ta không còn được nâng đỡ bởi đôi chân nữa.

Et parce que rien d'autre ne venait distraire la vue.

Và bởi vì không có gì khác làm xao nhãng tầm nhìn.

«Viens avec nous un moment, Grete», dit Mme Samsa.

"Vào trong này với chúng tôi một lát nhé, Grete," bà Samsa nói.

Un sourire douloureux se dessinait sur ses lèvres lorsqu'elle parlait.

Trên môi cô ấy hiện lên một nụ cười gượng gạo khi nói.

Grete les suivit, mais jeta aussi un coup d'œil en arrière au cadavre.

Grete đi theo họ, nhưng cũng ngoái nhìn lại xác chết.

La bonne ferma la porte et ouvrit grand la fenêtre.

Cô hầu gái đóng cửa lại và mở toang cửa sổ.

Il était encore tôt, l'air était donc normalement froid.

Lúc đó vẫn còn sớm nên không khí thường sẽ lạnh.

Mais il y avait aussi un mélange de chaleur dans l'air froid.

Nhưng trong không khí lạnh giá ấy cũng pha lẫn chút ấm áp.

Comme un doux rappel que c'était désormais la fin du mois de mars.

Như một lời nhắc nhở nhẹ nhàng rằng đã cuối tháng Ba rồi.

Les trois locataires sortirent alors eux aussi de leur chambre.

Ba người thuê nhà lúc này cũng bước ra khỏi phòng.

Ils cherchèrent leur petit-déjeuner avec étonnement.

Họ nhìn xung quanh với vẻ kinh ngạc, tìm kiếm bữa sáng của mình.

Le petit-déjeuner a été oublié à cause de ce que la femme de chambre a trouvé.

Bữa sáng bị hủy bỏ vì những gì người hầu gái phát hiện ra.

« Où est le petit-déjeuner ? » grommela l'homme du milieu.

"Bữa sáng đâu?" người đàn ông ở giữa càu nhàu.

La bonne porta son doigt à sa bouche pour demander le silence.

Cô hầu gái đưa ngón tay lên miệng ra hiệu im lặng.

Et elle salua les messieurs d'un geste rapide et silencieux.

Và cô ấy vội vàng và lặng lẽ vẫy tay chào các quý ông.

La servante fit entrer les trois messieurs dans la pièce.

Cô hầu gái dẫn ba vị quý ông vào phòng.

Et elle a continué à leur expliquer ce qui s'était passé.

Và cô ấy tiếp tục giải thích cho họ những gì đã xảy ra.

Et les trois messieurs se tinrent autour du corps de Gregor.

Và ba người đàn ông đứng xung quanh thi thể của Gregor.

Les mains dans les poches, ils baissèrent les yeux.

Họ đút tay vào túi quần và cúi đầu xuống.

La lumière du matin inondait désormais complètement la pièce.

Ánh sáng ban mai đã tràn ngập căn phòng.

La porte de la chambre s'ouvrit alors et M. Samsa apparut.

Sau đó, cửa phòng ngủ mở ra và ông Samsa xuất hiện.

D'un côté se trouvait sa femme, et de l'autre sa fille.

Một bên là vợ ông, bên kia là con gái ông.

M. Samsa portait déjà son uniforme.

Lúc này, ông Samsa đã mặc xong đồng phục.

On pouvait voir qu'ils avaient tous un peu pleuré.

Ai cũng có thể thấy rằng tất cả bọn họ đều đã khóc một chút.

Grete pressa son visage contre le bras de son père.

Grete áp mặt vào cánh tay cha mình.

« Quittez mon appartement immédiatement ! » ordonna M. Samsa.

"Hãy rời khỏi căn hộ của tôi ngay lập tức!" ông Samsa ra lệnh.

Et il désigna la porte sans laisser partir les femmes.

Và ông ta chỉ tay về phía cửa mà không cho phép những người phụ nữ đi.

« Que voulez-vous dire ? » demanda l'intermédiaire, déconcerté.

"Ý ông là sao?" người trung gian hỏi với vẻ bối rối.

Et il fit de son mieux pour sourire gentiment à M. Samsa.

Và anh ta cố gắng hết sức để mỉm cười thật ngọt ngào với ông Samsa.

Les deux autres tenaient leurs mains derrière leur dos.

Hai người còn lại thì khoanh tay ra sau lưng.

Et ils se frottèrent les mains d'impatience.

Và họ xoa hai tay vào nhau đầy mong đợi.

Ils semblaient s'attendre à une violente dispute.

Dường như họ đã đoán trước được sẽ có một cuộc cãi vã lớn tiếng.

Mais ils semblaient se réjouir de la dispute à venir.

Nhưng họ có vẻ vui mừng về cuộc tranh luận sắp diễn ra.

Ils pensaient que le litige tournerait à leur avantage.

Họ cho rằng cuộc tranh chấp sẽ có lợi cho họ.

« Je maintiens exactement ce que je viens de dire », a répondu M. Samsa.

"Ý tôi chính xác là những gì tôi vừa nói," ông Samsa đáp lại.

Il marchait en ligne droite avec ses deux compagnons.

Anh ta đi thẳng hàng cùng hai người bạn đồng hành.

Et M. Samsa s'est adressé directement à leur responsable.

Và ông Samsa đã trực tiếp tiếp cận người đứng đầu của họ.

Le monsieur resta d'abord immobile, le regard fixé au sol.

Ban đầu, người đàn ông đứng im, nhìn xuống đất.

Le contenu de sa tête était encore en train de se réorganiser.
Những suy nghĩ trong đầu anh ta vẫn đang dần hình thành.
« Très bien, nous y allons », dit-il en levant les yeux vers M. Samsa.
"Được rồi, chúng tôi sẽ đi," anh ta nói và ngước nhìn ông Samsa.
Une nouvelle humilité semblait l'avoir soudainement envahi.
Một sự khiêm nhường mới dường như đột nhiên bao trùm lấy ông.
Et il semblait demander la permission pour cette décision.
Và dường như ông ấy đang xin phép trước khi đưa ra quyết định này.
M. Samsa ouvrit grand les yeux et hocha légèrement la tête.
Ông Samsa mở to mắt và khẽ gật đầu.
Les messieurs obéirent immédiatement à son ordre.
Các quý ông lập tức tuân theo mệnh lệnh của ông ta.
Et ils ont effectivement fait de longues enjambées dans le couloir.
Và họ thực sự đã sải bước dài vào hành lang.
Ses amis avaient déjà cessé de se frotter les mains.
Bạn bè anh ấy đã ngừng xoa tay.
Ils avaient écouté le déroulement de la conversation.
Họ đã lắng nghe diễn biến cuộc trò chuyện.
Et maintenant, ils couraient après lui, comme pris de peur.
Và họ đang đuổi theo anh ta, như thể đang sợ hãi.
M. Samsa pourrait encore les isoler de leur chef.
Ông Samsa vẫn có thể cô lập họ khỏi người lãnh đạo của mình.
Ils ont sorti leurs bâtons du récipient.
Họ lấy những chiếc que của mình ra khỏi hộp đựng que.
Et ils s'inclinèrent en silence avant de quitter l'appartement.
Và họ cúi đầu im lặng trước khi rời khỏi căn hộ.
M. Samsa et les deux femmes sortirent sur le parvis.
Ông Samsa và hai người phụ nữ bước ra khỏi sân trước.
Mais en réalité, ils n'avaient aucune raison de se méfier de ces hommes.

Nhưng thực tế họ không có lý do gì để không tin tưởng những người đàn ông đó.

Ils s'appuyèrent sur la rambarde pour vérifier s'ils étaient partis.

Họ dựa vào lan can để kiểm tra xem họ đã đi chưa.

Les trois messieurs descendaient effectivement les escaliers.

Quả thật, ba người đàn ông đó đang đi xuống cầu thang.

Ils disparurent dans un virage de l'escalier.

Họ biến mất tại một khúc quanh nhất định của cầu thang.

Puis l'escalier les ramena à la vue.

Và rồi cầu thang lại đưa họ vào tầm mắt.

Ce phénomène d'apparition et de disparition se répétait à chaque étage.

Hiện tượng xuất hiện rồi biến mất này lặp đi lặp lại trên mỗi tầng.

Mais finalement, ils étaient presque arrivés au fond.

Nhưng cuối cùng họ gần như đã chạm đến đáy.

Plus ils avançaient, moins ils étaient intéressants.

Càng đi xa, họ càng thấy nhàm chán.

Tout le monde est rentré à la maison, comme soulagé.

Mọi người trở về nhà với vẻ mặt nhẹ nhõm.

Ils décidèrent de profiter de la journée pour se reposer et aller se promener.

Họ quyết định dành cả ngày để nghỉ ngơi và đi dạo.

Ils estimaient avoir mérité cette pause dans leur travail.

Họ cảm thấy mình xứng đáng được nghỉ ngơi sau những giờ làm việc căng thẳng.

Non seulement ils méritaient cette pause, mais ils en avaient besoin.

Họ không chỉ xứng đáng với kỳ nghỉ này, mà họ còn rất cần nó.

Ils s'assirent à table pour écrire des lettres d'excuses.

Họ ngồi xuống bàn để viết thư xin lỗi.

M. Samsa a adressé une lettre d'excuses à sa direction.

Ông Samsa đã viết thư xin lỗi gửi cho ban quản lý của mình.

Mme Samsa a écrit sa lettre d'excuses à ses clients.

Bà Samsa đã viết thư xin lỗi gửi đến các khách hàng của mình.

Et Grete a écrit sa lettre d'excuses à son directeur.
Và Grete đã viết thư xin lỗi hiệu trưởng của mình.
Pendant qu'ils écrivaient tous, la bonne entra dans la pièce.
Trong lúc mọi người đang viết, người hầu gái bước vào
phòng.
**Son travail du matin était terminé, elle rentrait donc chez
elle.**
Công việc buổi sáng của cô ấy đã xong, vì vậy cô ấy đang về
nhà.
**Les trois écrivains hochèrent d'abord la tête, sans lever les
yeux.**
Ba nhà văn ban đầu gật đầu mà không ngẩng đầu lên.
Mais la bonne ne semblait pas encore vouloir partir.
Nhưng cô hầu gái dường như vẫn chưa muốn rời đi.
**Elle attendit un peu, jusqu'à ce que les trois écrivains lèvent
les yeux.**
Cô đợi một lát, cho đến khi ba nhà văn ngẩng đầu lên.
**« Eh bien ? » demanda M. Samsa, en colère, comme l'étaient
les autres.**
"Vậy thì sao?" ông Samsa hỏi, giọng giận dữ, giống như
những người khác.
La bonne se tenait sur le seuil, un sourire aux lèvres.
Cô hầu gái đứng ở cửa với nụ cười trên môi.
**Elle donnait l'impression d'avoir de bonnes nouvelles à
annoncer.**
Cô ấy tạo ấn tượng rằng mình có tin tốt muốn báo.
**Mais elle n'allait pas partager la nouvelle à moins qu'on ne
le lui demande.**
Nhưng cô ấy sẽ không chia sẻ tin tức đó trừ khi được hỏi.
**La plume d'autruche dressée sur son chapeau oscillait
légèrement.**
Chiếc lông đà điểu dựng đứng trên mũ của cô khẽ đung đưa.
Cette plume d'autruche avait toujours agacé M. Samsa.
Chiếc lông đà điểu đó luôn khiến ông Samsa khó chịu.
**« Alors, que voulez-vous ? » demanda Mme Samsa, d'un ton
ferme.**
"Vậy cô muốn gì?" bà Samsa hỏi một cách dứt khoát.

La bonne avait encore beaucoup de respect pour Mme Samsa.

Người hầu gái vẫn rất kính trọng bà Samsa.

« Oui », répondit-elle, et elle éclata d'un rire amical.

"Vâng," cô ấy trả lời và bật cười thân thiện.

Un instant, son rire l'empêcha de parler.

Trong giây lát, tiếng cười khiến cô ấy không thể nói nên lời.

« Tu n'as pas à t'inquiéter pour ce qui se passe chez le voisin. »

"Bạn không cần phải lo lắng về thứ ở nhà bên cạnh."

« J'ai déjà prévu comment nous allons nous en débarrasser. »

"Tôi đã lên kế hoạch cho việc loại bỏ nó rồi."

Mme Samsa et Grete continuèrent à écrire leurs lettres.

Bà Samsa và Grete tiếp tục viết thư cho nhau.

Mais M. Samsa remarqua que la bonne n'avait pas encore terminé.

Nhưng ông Samsa nhận thấy người hầu gái vẫn chưa làm xong.

Elle voulait maintenant tout décrire plus en détail.

Giờ thì cô ấy muốn mô tả mọi thứ chi tiết hơn.

Mais il tendit la main pour repousser ses avances.

Nhưng anh ta đã chìa tay ra để từ chối những nỗ lực của cô.

Elle s'est rendu compte qu'ils n'étaient pas intéressés par ses projets.

Cô nhận ra họ không hề quan tâm đến kế hoạch của mình.

Et puis elle se souvint de la grande précipitation dans laquelle elle avait été.

Rồi cô nhớ lại mình đã vội vã đến thế nào.

« Ciao alors », dit-elle, insultée par ce manque d'intérêt.

"Vậy thì tạm biệt nhé," cô ấy nói, tỏ vẻ khó chịu vì sự thiếu quan tâm.

Mais avant de partir, elle a claqué la porte très fort.

Nhưng trước khi rời đi, cô ấy đã đóng sầm cửa rất mạnh.

« Elle sera licenciée ce soir », a déclaré M. Samsa.

"Cô ấy sẽ bị sa thải vào tối nay," ông Samsa nói.

Mais sa femme et sa fille étaient trop occupées pour lui répondre.

Nhưng vợ và con gái ông quá bận rộn nên không thể trả lời ông.

Parce que la bonne avait troublé leur paix nouvellement acquise.

Bởi vì người hầu gái đã phá vỡ sự yên bình mà họ vừa mới có được.

La mère et la fille se levèrent pour aller à la fenêtre.

Người mẹ và con gái đứng dậy đi đến cửa sổ.

Et, enlacés, ils restèrent là.

Và họ vòng tay ôm lấy nhau, rồi ở lại đó.

M. Samsa se tourna sur sa chaise pour les regarder.

Ông Samsa xoay người trên ghế để nhìn họ.

Et pendant un moment, il les observa en silence, immobiles là.

Và một lúc lâu, anh lặng lẽ quan sát họ đứng đó.

Finalement, il leur cria : « Viendrez-vous à moi ? »

Cuối cùng, ông gọi họ lại và hỏi: "Các ngươi có muốn đến với ta không?"

«Oublions tout ça, d'accord ?»

"Chúng ta hãy quên hết những chuyện cũ đi nhé."

«Viens à moi et accorde-moi un peu d'attention.»

"Hãy đến gần tôi và dành cho tôi một chút sự chú ý của bạn."

Les deux femmes firent ce qu'il leur avait dit et se précipitèrent vers lui.

Hai người phụ nữ làm theo lời ông ta và vội vàng chạy đến chỗ ông.

Ils lui ont fait une accolade affectueuse et l'ont embrassé.

Họ dành cho anh ấy một cái ôm trìu mến và hôn anh ấy.

Ils retournèrent rapidement pour terminer la rédaction de leurs lettres.

Họ nhanh chóng quay lại để viết nốt những lá thư của mình.

Puis, tous les trois, ils quittèrent l'appartement ensemble.

Sau đó, cả ba người cùng rời khỏi căn hộ.

Ils n'étaient pas sortis ensemble depuis des mois.

Họ đã không cùng nhau ra khỏi nhà trong nhiều tháng.

Et ils prirent le tramway jusqu'à la périphérie de la ville.

Và họ bắt xe điện đến vùng ngoại ô thành phố.

Ils avaient toute la rame du tramway pour eux seuls.

Họ có cả toa xe điện dành riêng cho mình.

La lumière du soleil inondait la pièce par la fenêtre.

Ánh nắng chan hòa từ bên ngoài chiếu vào qua cửa sổ.

La famille se cala confortablement dans ses sièges.

Cả gia đình thoải mái tựa lưng vào ghế.

Et ils ont discuté de leurs perspectives d'avenir.

Và họ đã thảo luận về triển vọng tương lai của mình.

À y regarder de plus près, leurs perspectives n'étaient pas mauvaises.

Khi xem xét kỹ hơn, triển vọng của họ không tệ.

Tous les trois occupaient des emplois qui leur permettraient de gagner davantage.

Cả ba người đều có công việc tiềm năng giúp tăng thu nhập.

Ils ne s'étaient jamais interrogés l'un sur l'autre concernant leur travail.

Họ chưa từng hỏi nhau về công việc của mình.

Mais maintenant, ils avaient enfin le temps de discuter de ces choses-là.

Nhưng giờ thì cuối cùng họ cũng có thời gian để thảo luận những chuyện như vậy.

Ils avaient également la possibilité de déménager dans un appartement plus petit.

Họ cũng có lựa chọn chuyển đến một căn hộ nhỏ hơn.

Cela aurait le plus grand impact sur leur vie.

Điều này sẽ có tác động lớn nhất đến cuộc sống của họ.

Leur appartement actuel avait été choisi par Gregor.

Căn hộ hiện tại của họ do Gregor chọn.

Mais maintenant, ils pourraient déménager dans un endroit plus abordable.

Nhưng giờ họ có thể chuyển đến một nơi có chi phí sinh hoạt phải chăng hơn.

Un appartement plus petit, mais dans un endroit plus pratique.

Một căn hộ nhỏ hơn, nhưng tiện nghi hơn.

Parler de l'avenir a redonné vie à Grete.

Việc trò chuyện về tương lai đã khiến Grete trở nên hoạt bát hơn.

Monsieur et Madame Samsa ont également remarqué d'autres changements chez elle.

Ông bà Samsa cũng nhận thấy những thay đổi khác ở cô ấy.

Ses joues étaient devenues pâles à cause de tous ses soucis.

Má cô tái nhợt vì những lo lắng.

Mais à présent, leur fille s'épanouissait et devenait une femme remarquable.

Nhưng giờ đây, con gái họ đang dần trở thành một thiếu nữ thanh lịch.

C'était vraiment une belle et jolie jeune femme, maintenant.

Giờ đây, cô ấy quả thực là một thiếu nữ có vóc dáng cân đối và xinh đẹp.

Ses parents se turent et admirèrent leur fille.

Cha mẹ cô trở nên im lặng và ngưỡng mộ con gái mình.

Ils échangèrent un regard, communiquant inconsciemment.

Họ liếc nhìn nhau, vô thức giao tiếp với nhau.

« Il sera bientôt temps de lui trouver un homme bien. »

"Sắp đến lúc tìm một người đàn ông tốt cho cô ấy rồi."

Le tramway était arrivé à destination et avait ralenti.

Xe điện đã đến đích và giảm tốc độ.

Leur fille semblait confirmer leurs nouveaux rêves.

Con gái họ dường như đã khẳng định những ước mơ mới của họ.

Elle fut la première à se lever et à étirer son jeune corps.

Cô ấy là người đầu tiên đứng dậy và vươn vai.